പൂർണ

2022

പ്രൊഫ. ദാസൻ പുത്തലത്ത്

തലശ്ശേരിക്കടുത്ത് കതിരൂർ സ്വദേശി. ചുണ്ടങ്ങാപൊയിൽ ഗവ. ഹൈസ്‌ക്കൂൾ, ഗവ. ബ്രണ്ണൻ കോളേജ്, ഗവ. ബ്രണ്ണൻ ട്രെയിനിങ്ങ് കോളേജ്, കോഴിക്കോട് ഗവ. ലോ കോളേജ് എന്നിവിടങ്ങളിൽ വിദ്യാഭ്യാസം. ചരിത്രത്തിൽ ഒന്നാം റാങ്കോടെ എം.എ. ബിരുദം. ഒന്നാം ക്ലാസ്സ് നിയമ ബിരുദം. കാസർഗോഡ് ഗവ. കോളേജ്, തലശ്ശേരി ബ്രണ്ണൻ കോളേജ്, മൊകേരി ഗവ. കോളേജ് എന്നിവിടങ്ങളിൽ ചരിത്രാദ്ധ്യാപകൻ, തലശ്ശേരി ജില്ലാ കോടതിയിൽ അഡ്വക്കേറ്റ്. ചിത്രകാരൻ എന്ന നിലയിൽ അനവധി ഗ്രൂപ്പ്, ഏകാംഗ പ്രദർശനങ്ങൾ നടത്തി. ഭാരതീയ ചിത്രകല, കലയും കാഴ്ചപ്പാടും, പോൾസെനാനും ആധുനിക ചിത്രകലയും എന്നീ പുസ്തകങ്ങൾ പ്രസിദ്ധീകരിച്ചു. 2006-ൽ കേരള ലളിത കലാ അക്കാദമി പുരസ്കാരം. ഭാര്യ: ശിഖ പയ്യമ്പള്ളി. മകൻ അശ്വിൻ ദാസ്. വിലാസം: ഗാല, പെരുന്താറ്റിൽ പി.ഒ., തലശ്ശേരി, കണ്ണൂർ ജില്ല, ഫോൺ: 9446391249.

കഥാസമാഹാരം

ഒരേ കടൽ

പ്രൊഫ. ദാസൻ പുത്തലത്ത്

പൂർണ പബ്ലിക്കേഷൻസ്, കോഴിക്കോട്

കോഴിക്കോട് ▪ കല്പറ്റ ▪ തിരുവനന്തപുരം

POORNA
SINCE 1966

Ore Kadal

Stories

Prof. Dasan Puthalath

Malayalam
First Edition: May 2022

Cover: Rabeesh
Cover Painting: 'DREAMS' Prof. Dasan Puthalath

Typesetting: Poorna, Clt.
Printing: Manipal Technologies

ISBN: 978-81-300-2524-7
9718(5-2022)178.0.a

Published by:
POORNA PUBLICATIONS, KOZHIKODE
TBS Building, G.H. Road, Kozhikode-673001
Ph: 0495-2720085, 2720086, 2721025

Branches: **Kalpetta** 04936-203842
Thiruvananthapuram 0471-2570504

e-mail:tbsbook@gmail.com
Online Bookstore: www.tbsbook.com

മുഖമൊഴി

ചിത്രകലയുടെ പരിധിയേയും പരിമിതികളേയും കുറിച്ചുള്ള അവബോധത്തിൽനിന്ന് മനുഷ്യജീവിതമാകുന്ന അനന്തവിഹായസ്സിലേക്ക് ചിറകുവിടർത്തി സഞ്ചരിക്കാനുള്ള എന്റെ അദമ്യമായ ആഗ്രഹമാണ് ഈ കഥകളിലൂടെ സാക്ഷാത്കരിക്കപ്പെടുന്നത്. മനുഷ്യജീവിതം ഒരു ഫ്രെയിമിലൊതുങ്ങില്ലെന്ന് ചിത്രകലയിൽ കൂടിയുള്ള ദീർഘസഞ്ചാരം എന്നെ നിരന്തരം ഓർമ്മപ്പെടുത്തിക്കൊണ്ടിരുന്നു. അനന്തവിശാലമായ സന്ദർഭങ്ങളിലൂടെയും സാഹചര്യങ്ങളിലൂടെയും കടന്നുപോകുന്ന കാലപ്രവാഹമാകുന്ന മനുഷ്യജീവിതത്തെ തൊട്ടറിയാനുള്ള ശ്രമമാണ് ഈ കഥകളിലൂടെ അനാവരണം ചെയ്യപ്പെടുന്നത്. വായനാനുഭവത്തിന്റെ പുതിയ തലങ്ങൾ കണ്ടെത്താൻ ഈ കഥകൾ സഹൃദയരുമായി പങ്കുവെക്കുന്നു.

തലശ്ശേരി
29.11.2021

പ്രൊഫ. ദാസൻ പുത്തലത്ത്

ഉൾപേജുകളിൽ

കഴുത്തിൽ ബെൽറ്റുള്ള പട്ടി

കടൽ തീരത്തെ സായ്പിന്റെ കോട്ട പടിഞ്ഞാറു നിന്നുള്ള വെയിൽ നാളത്തെ തളച്ചിട്ടു കഴിഞ്ഞിരുന്നു. കോട്ടയുടെ വിടവിലൂടെ ഇഴഞ്ഞെത്തിയ ഒരു കീറ് വെളിച്ചം മാത്രം പട്ടണത്തിൽ ബാക്കിയായി. കരിനാഗം പോലെ നീണ്ടു കിടക്കുന്ന പട്ടണത്തെക്കുറിച്ച് വിശേഷിച്ചൊന്നും പറയാനില്ല. ക്രമം തെറ്റാതെ താളത്തിൽ ഒഴുകുന്ന വാഹനങ്ങളുടെ നീണ്ട നിര. കുരുക്ഷേത്ര ഭൂമിയിലെ സൈനികരെപ്പോലെ റോഡിനിരുവശവും മുഖാമുഖം നില്ക്കുന്ന വാണിഭകേന്ദ്രങ്ങൾ. റോഡിനും കടകൾക്കുമിടയിൽ നൂൽപ്പാല സദൃശമായ നടപ്പാതയിൽ വരിവരിയായി പലവഴിക്ക് നീങ്ങുന്ന കാൽനട യാത്രക്കാർ. എല്ലാം പതിവു കാഴ്ചകൾ...

ആർത്തിരമ്പിപ്പായുന്ന വാഹനങ്ങൾക്കും ക്രമം തെറ്റിയ സ്ലാബുകൾക്കുമിടയിൽ മരണം പതിയിരിക്കുന്നുവെന്ന് എവിടെയോ വായിച്ചതായി ഓർക്കുന്നു.

എവിടെയാണെന്ന് കൃത്യമായി ഓർമ്മയില്ല.

ഒരുവേള ഏതെങ്കിലും സായാഹ്ന പത്രക്കാരന്റെ മനോധർമ്മമായിരിക്കാം.

അതുമല്ലെങ്കിൽ ഭരണാധിപന്മാരുടെ മുന്നറിയിപ്പ്.

രണ്ടായാലും ചിന്ത മരണത്തെക്കുറിച്ചു തന്നെ.

മരണവും അത് ജീവിച്ചിരിക്കുന്നവരിലുളവാക്കുന്ന ശൂന്യതയെയും കുറിച്ചയാൾ ഒർത്തു...

ഔചിത്യബോധമില്ലാതെ കടന്നുവരുന്ന കോമാളിയാണ് മരണമെന്നെഴുതി വെച്ചത് സായിപ്പോ നാട്ടുകാരനോ?

അറിയില്ല....

ഒന്നുമാത്രമറിയാം. നിത്യസത്യമായ മരണത്തെ എല്ലാവരും ഭയപ്പെടുന്നു.

മരണം അവശേഷിപ്പിക്കുന്ന ശൂന്യതയോ, അതാലോചിക്കാൻ പോലും വയ്യ.

സാവിത്രി അവശേഷിപ്പിച്ചുപോയ ശൂന്യത ഒരൊഴിയാബാധപോലെ അയാളെ പിൻതുടർന്നു.

വേണ്ടപ്പെട്ടവരാരുമില്ലാത്ത, സൗഹൃദം സ്ഥാപിക്കാനൊരു മുഖവും തരാത്ത ഈ പട്ടണത്തിലെ അലച്ചിൽ പോലും അതിന്റെ ശേഷിപ്പായി അയാൾക്ക് തോന്നി.

"എനിക്കെന്തെങ്കിലും സംഭവിക്കയാണെങ്കിൽ ചേട്ടൻ ഒന്നുകൊണ്ടും വിഷമിക്കേണ്ടിവരില്ല."

മേശയ്ക്കരികിലിരുന്ന് പരീക്ഷയ്ക്ക് തയ്യാറെടുക്കുന്ന മകനെ നോക്കി സാവിത്രി പറഞ്ഞു.

ഒരാൾ മറ്റൊരാൾക്ക് പകരമാവുമോ?

ആവുമെന്നോ ഇല്ലെന്നോ അന്നോർത്തില്ല.

സാവിത്രി ഇന്നില്ല. കാലം അവളെ കൊണ്ടുപോയി.

ഓർക്കാൻ അവളുടെ ഫ്രെയിം ചെയ്ത ഛായാപടം മാത്രം.

അതിനും കാലപ്പഴക്കത്തിന്റെ മങ്ങലേറ്റിട്ടുണ്ട്.

അടച്ചിട്ട മുറിയിലെ ഇരുട്ടിൽ അനാഥമായി കിടക്കുന്ന അവളുടെ ചിത്രത്തെക്കുറിച്ചോർത്തപ്പോൾ അയാളുടെ കണ്ണുകൾ ഈറനണിഞ്ഞു.

കനത്ത ഇരുട്ട് തളം കെട്ടിക്കിടക്കുന്ന മുറിയിൽ ഒരേകാകിയായി അവൾ ഫ്രെയിമിനുള്ളിൽ ഒതുങ്ങി.

സാവിത്രിയുടെ സാന്നിദ്ധ്യം വിളിച്ചറിയിക്കുന്ന മുറിയും ഇടനാഴികളും...

അവളുടെ ശബ്ദം ഘനീഭവിച്ച പരിസരങ്ങൾ.

വീട് വിട്ട് പോരാൻ മനസ്സില്ലായിരുന്നു.

ഓർക്കാപ്പുറത്ത് എടുത്തെറിയപ്പെടുകയായിരുന്നു.

'ഒരു നേരത്തെ ആഹാരം തരാൻ പോലും ആരും ഉണ്ടാവില്ല. ശരീരത്തിന് വയ്യാതായാൽ പറയാനുമില്ല.'

മകന്റെ വാക്കുകളിൽ നിറഞ്ഞ് നിന്നത് പിതൃഭക്തിയോ ഭാര്യയുടെ പ്രേരണയോ?

അയാളുടെ മനസ്സിൽ ന്യായന്യായങ്ങളെക്കുറിച്ചുള്ള കുറ്റവിചാരണ നടന്നു.

അടച്ചിട്ട വാതിലിനിടയിൽക്കൂടി അരിച്ചെത്തുന്ന ശബ്ദത്തിൽ മകന്റെ ഭാര്യയുടെ പരിദേവനം പലപ്പോഴും കേൾക്കാറുണ്ട്.

പട്ടണക്കാരിയായ അവളെ അപരിഷ്കൃതമായ നാട്ടിൻ പുറത്തെത്തിച്ചതും ഞാൻ തന്നെ.

സാവിത്രിക്ക് അശേഷം താല്പര്യമില്ലാത്ത ബന്ധം.

തന്റെ നിഴലായി കഴിയാൻ എന്നും ഇഷ്ടപ്പെട്ട അവൾ മൗനത്തിലൂടെ സമ്മതം അറിയിച്ചു.

"പരിഷ്കാരിയായി വളർന്ന അവൾക്ക് നാട്ടു വഴികളും തെങ്ങിൻ തോപ്പും ആമ്പൽക്കുളവുമുള്ള ഈ കുഗ്രാമം ഇഷ്ടപ്പെടുമോ എന്തോ സാവിത്രി സംശയിച്ചു.

ഒന്നാലോചിച്ചാൽ അവൾക്കിവിടെ ആരാണൊരു തുണ.

സാവിത്രിയുടെ സംശയം അസ്ഥാനത്തല്ലെന്ന് കാലം തെളിയിച്ചു.

'ആരോരുമില്ലാത്ത ഈ കുഗ്രാമത്തിൽ എനിക്കിനി കഴിയാൻ മേലാ.'

മകന്റെ ഭാര്യയുടെ പരാതി.

മകനും മകന്റെ ഭാര്യയ്ക്കുമിടയിൽ അയാളൊരു ചോദ്യ ചിഹ്നമായി നിലകൊണ്ടു.

പോംവഴി കണ്ടെത്തി വഴി പിരിയേണ്ടിയിരിക്കുന്നു. ഒടുവിൽ സ്വയം തിരഞ്ഞെടുത്ത വഴിയിലൂടെ അയാൾ നടന്നു.

വിധിയെ ചുമലിലേറ്റി അപരിചിതമായ പട്ടണത്തിലെ അനാഥരായ പതിനായിരങ്ങളിൽ ഒരുവനായി അയാളും വേഷം മാറി.

മകനുമായുള്ള ബന്ധം മുറതെറ്റാതെയെത്തുന്ന ഫോൺകോളിലൊതുങ്ങി.

അതും ആഗ്രഹിച്ചതല്ല.

വേണ്ടെന്ന് പറഞ്ഞ് അവനെ വേദനിപ്പിക്കേണ്ടെന്നു കരുതി.

സിനിമയിലെ തുടർ രംഗം പോലെ ഓരോന്നയവിറക്കികൊണ്ടയാൾ നടന്നു.

പട്ടണത്തിലെ ഗതാഗതം നിലച്ചതയാൾ അറിഞ്ഞതേയില്ല.

ചുറ്റും നോക്കിയപ്പോൾ മുന്നിൽ വഴിമുട്ടി നിൽക്കുന്നു.

വാഹനം മാത്രമല്ല യാത്രക്കാരുടെ ഒഴുക്കും നിലച്ചിരിക്കുന്നു.

വഴിയാത്രക്കാർ റോഡിലേക്ക് ഉറ്റു നോക്കി നില്പാണ്.

പട്ടണം അക്ഷരാർത്ഥത്തിൽ സ്തംഭിച്ചിരിക്കുന്നു.

വല്ല അപകടവും പിണഞ്ഞായിരിക്കും... അയാൾ ഊഹിച്ചു.

പട്ടണത്തിലെ ഇടുങ്ങിയ റോഡിൽ അപകടം നിത്യസംഭവമായിരിക്കുന്നു.

ഏത് ഹതഭാഗ്യനാണ് വാഹനത്തിന്നിരയായത്.

അയാൾക്കൊന്നും മനസ്സിലായില്ല.

ഉയർന്ന ഭിത്തിയിൽ കയറി നാലുപാടും കണ്ണോടിച്ചു.

യുദ്ധ മുന്നണിയിലെ പോരാളിയെപ്പോലെ നടു റോഡിൽ ഒരൾസേഷ്യൻ പട്ടി.

വലത്തോട്ടോ ഇടത്തോട്ടോ വഴിമാറാൻ കൂട്ടാക്കാതെ ഒടിഞ്ഞു തൂങ്ങിയ വലതുകാൽ നക്കിത്തുടച്ചു വൃത്തിയാക്കുകയാണവൻ.

കഴുത്തിൽ ബെൽറ്റുള്ള ഒത്ത ഉയരമുള്ള ഒരു ശ്വാനൻ.... അതിന്റെ നനുത്ത രോമങ്ങൾ ശരീരത്തോട് ഒട്ടിച്ചേർന്നിരിക്കുന്നു. കൂർത്ത മുഖത്തെ ശൗര്യമേറിയ കണ്ണുകൾക്ക് തിളക്കം കുറവാണെന്ന് തോന്നി. അലച്ചിലിന്റെ അടയാളം ദൈന്യതയേറിയ മുഖത്ത് പ്രകടമാണ്.

പാവം വഴി തെറ്റി പട്ടണത്തിലെത്തിയതാവാം.

അതുമല്ലെങ്കിൽ തന്നെപ്പോലെ ഒടുവിലത്തെ ആശ്രയമായി പട്ടണത്തെ തെരഞ്ഞെടുത്തിരിക്കാം.

"വലിയ വീട്ടിലേതായിരിക്കും. ഇപ്പോ ഈ നിലയിലായി."

പിന്നിൽ നിന്നാരോ സ്വരം താഴ്ത്തി പറഞ്ഞു.

തിരിഞ്ഞു നോക്കി.

ആരെക്കുറിച്ചാണവർ പറഞ്ഞത്.

യാന്ത്രികമായെന്നവണ്ണം ഒരു നിമിഷം അയാളറിയാതെ കഴുത്തിൽ കൈയ്യോടിച്ചു.

തന്നെക്കുറിച്ചായിരിക്കില്ല... അയാൾ സമാശ്വസിച്ചു.

റോഡിലുണ്ടായിരുന്ന വികലാംഗനായ പട്ടി സ്ഥലം വിട്ടിരിക്കുന്നു.

അതിന്റെ രണ്ടു കണ്ണുകൾക്ക് പകരം വെളിച്ചത്തിന്റെ പരശ്ശതം കണ്ണുകൾ വായുവിലെന്നപോലെ റോഡിൽ ഒഴുകി നടന്നു.

നേരം കൂടുതൽ ഇരുട്ടിയിരിക്കുന്നു...

അയാൾ കാലുകൾ വലിച്ചു നടന്നു.

നടക്കുമ്പോഴും അയാളുടെ ചിന്ത അപരിചിതരുടെ വാക്കിൽ ഉടക്കി നിന്നു.

നടത്തത്തിന്റെ വേഗതയോടൊപ്പം അപരിചിതരുടെ വാക്കുകളും അയാളെ പിൻതുടരുന്നതായി തോന്നി.

തന്നെ ആരെങ്കിലും തിരിച്ചറിഞ്ഞോ?

ഈ പട്ടണത്തിൽ തന്നെ ആരറിയാൻ...

അയാൾ ഉത്തരം കണ്ടെത്തി.

നടക്കുന്നതിനിടയിലും കഴുത്തിൽ ബെൽറ്റില്ലെന്നയാൾ ഉറപ്പു വരുത്തി.

ഇരുമ്പു ഗെയിറ്റ് വലിച്ചടച്ചപ്പോൾ ആശ്വാസം തോന്നി.

മുന്നിലെ തെളിഞ്ഞ വെളിച്ചത്തിൽ തന്നെ എതിരേൽക്കാൻ വന്ന മാലാഖമാർ.

അവരുടെ നീണ്ട കഴുത്തിലെ ബെൽറ്റുകൾ അയാളെ അസ്വസ്ഥനാക്കി.

☸

ശ്യാമളെ നീ ഉറങ്ങിയില്ലേ

മേശപ്പുറത്തിരിക്കുന്ന ഗ്ലാസ്സിലേക്ക് ഒരു പൈന്റു കൂടി അയാളൊഴിച്ചു. നുരയില്ലാത്ത ആ ദ്രാവകം നിയോൺ ബൾബിന്റെ പ്രകാശത്തിൽ തിളങ്ങി. മുറിയിലെ ആൽക്കഹോളിന്റെ രൂക്ഷഗന്ധത്തിൽ അയാളിലെ ചിന്തകൾ രാക്ഷസീയ ഭാവം കൈക്കൊള്ളുകയായിരുന്നു. സിരകളിൽ പടർന്ന മദ്യ ലഹരിയിൽ പുതിയ കഥകൾ മെനഞ്ഞു. ഇഴകൾ പിന്നിപ്പോയ ശ്ലഥ ചിന്തകളെ അയാൾ പണിപ്പെട്ടു അടുക്കി വെച്ചു. ഓർമ്മയിൽ ശ്യാമളയുടെ മുഖം. അയാൾ അസഹിഷ്ണുതയോടെ മുഖം തിരിച്ചു. എന്തോ പറയാൻ ഭാവിച്ചെങ്കിലും വരണ്ട ചുണ്ടുകളിൽ നിന്ന് വാക്കുകൾ തെന്നി മാറി. വാക്കുകൾക്ക് വേണ്ടി അയാൾ പ്രയാസപ്പെട്ടു. ആ നിസ്സഹായാവസ്ഥയിൽ അയാൾക്ക് മറ്റൊന്നും ചെയ്യാനില്ലായിരുന്നു. ഗ്ലാസ്സിലെ മദ്യം അകത്താക്കി സിഗരറ്റിന് തീകൊളുത്തി അയാൾ കസേരയിലേക്ക് ചാഞ്ഞു. പുകച്ചുരുളുകൾ ഒന്നൊന്നായി തള്ളിമാറ്റി മുറിയിലാകെ അലക്ഷ്യമായി കണ്ണോടിച്ചു. ഒഴിഞ്ഞ മദ്യക്കുപ്പികളും സിഗരറ്റ് പായ്ക്കറ്റും ക്രമം തെറ്റിയ ഇരിപ്പിടങ്ങളും. സ്വാമിയുടെ ഉറക്കത്തിന്റെ താളം മാത്രം മുറിയിലെ ഘനീഭവിച്ച നിശ്ശബ്ദതയിൽ വേറിട്ടു നിന്നു.

ഖദറിന്റെ ഭാണ്ഡക്കെട്ട് മേശമേൽ ചാരിവെച്ചതു പോലെ അയാൾ കിടക്കുകയാണ്. മുന്നിൽ ഒഴിഞ്ഞ ഗ്ലാസ്സും ആഷ്ട്രേയും. അപരിചിതനായി വന്നു കയറിയ സ്വാമി തന്റെ ഗുരുവും ഉപദേശിയുമായതിൽ അയാൾ അദ്ഭുതപ്പെട്ടു. എല്ലാം എത്ര പെട്ടെന്നാണ് സംഭവിച്ചത്.

പതിവ് ദിനങ്ങളിലൊന്നിൽ അയാൾ ഓഫീസിലേക്ക് കയറി വന്നു. അഴുക്ക് പുരണ്ട കാവി വസ്ത്രവും ചീകിയൊതുക്കാത്ത മുടിയും. വെളുത്ത താടി രോമങ്ങൾക്കിടയിലൂടെ ഒലിച്ചിറങ്ങിയ വെറ്റിലച്ചാന്ത് അയാൾ ഇടയ്ക്കിടക്ക് തുടച്ചു കൊണ്ടിരുന്നു. ചുമലിലെ വീർത്ത സഞ്ചി അയാളെ ഇടത്തോട്ട് ചരിച്ചതായി തോന്നി. വല്ലതും സംസാരിക്കുന്നതിനു മുമ്പേ അയാൾ ബ്രൗൺ നിറമുള്ള ഒരു കവർ മേശപ്പുറത്തു വെച്ചു.

'Transfer and posting order'

വെറ്റിലക്കറ പിടിച്ച പല്ല് വെളിക്ക് കാട്ടി പ്രതിമ കണക്കെ മന്ത്രിച്ചു.

ത്രിവിക്രമൻ ആചാരി ഉപരി മണ്ഡല ഗുമസ്തനായി നിയമിതനായിരിക്കുന്നു.

വാർത്ത ഓഫീസ് മുഴുവൻ പരന്നു.

കുശലാന്വേഷണത്തിനെത്തിയവരോട് വായിലുള്ള വെറ്റില തുപ്പിക്കളയാതെ അയാൾ ചിരിച്ചെന്ന് വരുത്തി. അയാളുടെ തണുത്ത പ്രതികരണം അവരിൽ നിരാശ പരത്തി.

കാഷായ വസ്ത്രവും നെറ്റിയിലെ ഭസ്മക്കുറിയും അയാളെ ഞങ്ങൾക്കിടയിൽ അപരിചിതനാക്കി.

ഒരേ തൂവൽ പക്ഷികൾക്കിടയിൽ ചേക്കേറിയ മറ്റൊരിനം.

ഞങ്ങൾ സ്വയം സമാധാനിച്ചിരിക്കെ അപ്രതീക്ഷിതമായത് സംഭവിച്ചു.

ലഞ്ച് കഴിഞ്ഞ് പതിവ് കളിക്കിരുന്ന ഞങ്ങളുടെ ഇടയിലേക്ക് ശിശുപാലൻ കൊടുങ്കാറ്റു കണക്കെ ഓടിയെത്തി. ജീവിതത്തിൽ ഒരിക്കലും നടത്തം പഠിച്ചിട്ടില്ലാത്ത അവന്റെ വരവിൽ പ്രത്യേകതയൊന്നും കണ്ടില്ല. അവന്റെ വരവും പോക്കും അങ്ങിനെയാണ്. സമയമോ സന്ദർഭമോ നോക്കാതെ എവിടെയും കയറിച്ചെല്ലുന്ന പ്രകൃതം.

ആശാനെ സ്വാമിയുടെ രഹസ്യം പുറത്തായി.

കിതപ്പിന്നിടയിൽ അവൻ ഒറ്റ ശ്വാസത്തിൽ പറഞ്ഞു.

അവിശ്വാസികളായ ഞങ്ങൾ അവനെ ഉറ്റു നോക്കി.

ഞാൻ കണ്ടതാ ഈ രണ്ടു കണ്ണുകൊണ്ട്. ശിശുപാലൻ സത്യസന്ധത തെളിയിക്കാൻ കൈ നെഞ്ചത്ത് വെച്ചു.

സ്വാമിയുടെ ഭാണ്ഡത്തിനകത്ത്. അതൊരുവാർത്തയായിരുന്നു.

ശിശുപാലനെ ചുമലിലേറ്റി ഞങ്ങൾ ഓഫീസ് മുഴുവൻ നടന്നു.

സ്വാമിയുടെ രഹസ്യം പരസ്യമായതിൽ ഞങ്ങൾ സംതൃപ്തരായി. പുണ്യാഹം തളിച്ച് ശുദ്ധി വരുത്തി സ്വാമിയെ ഞങ്ങളിൽ ഒരുവനാക്കി.

ഒരേ തൂവൽ പക്ഷികൾ

ഭാണ്ഡത്തിനകത്തെ - രേഖാശാസ്ത്രം, മുഖലക്ഷണ ദീപിക, ജ്യോതിഷരത്നം - സ്വാമിയുടെ അവതാരോദ്ദേശ്യം വെളിപ്പെടുത്തി.

സ്വാമി ഭക്തരായ ഞങ്ങൾ അരുളപ്പാടിനായി കാതോർത്തു.

കുരുടന് കാഴ്ചയും ഊമയ്ക്ക് സംസാരശേഷിയും നല്കിയ ദൈവ പുത്രന്റെ മറ്റൊരവതാരം.

അംഗവൈകല്യമില്ലാത്ത ഞങ്ങൾ മനോവൈകല്യം തീർക്കാൻ സ്വാമിയെ ശരണം പ്രാപിച്ചു.

ഒന്നു സമീപിച്ചാലോ

ആലോചിക്കാതിരുന്നില്ല.

തന്റെ നിലയും വിലയും ആഭിജാത്യവും സടകുടഞ്ഞെഴുന്നേറ്റ് വഴി മുടക്കി നിന്നു.

നാട്ടുകാരെ ഓർത്തപ്പോൾ വേണ്ടെന്ന് വച്ചു. ഒന്നിനെയും വിശ്വസിക്കാൻ കൊള്ളത്തില്ല.

ശ്യാമളയുടെ ചെവിയിലോ മറ്റോ എത്തിയാൽ -

അവൾ ഒരു പിടികിട്ടാപ്പുള്ളിയാണെന്ന കാര്യം നാട്ടുകാർക്കറിയില്ലല്ലോ.

സുചരിതയും സുശീലയുമായൊരുദ്യോഗസ്ഥ- ജനം കരുതിക്കാണും. പൊതുജനം കഴുതയാണെന്ന് പറഞ്ഞ മഹാനെ മനസാ വന്ദിച്ചു.

ശ്യാമളയുടെ ഉടുപ്പിലും നടപ്പിലും സംശയിക്കാൻ ഏറെയുണ്ട്.

കേവലം ഉദ്യോഗസ്ഥയായ അവൾ നവവധുവിനെപ്പോലെ നിത്യവും അണിഞ്ഞൊരുങ്ങി നടക്കേണ്ടതുണ്ടോ.

"നിങ്ങളെപ്പോലൊരു പിശുക്കനെ കല്ല്യാണം കഴിക്കുന്നതിന് മുമ്പെ എത്ര നല്ല നിലയിൽ കഴിഞ്ഞവളാ ഞാൻ. എന്റെ കാശു കൊണ്ടാ ഞാൻ അണിഞ്ഞൊരുങ്ങുന്നത്. അതിലാർക്കും ചേതം വേണ്ട."

ചീറിപ്പാഞ്ഞു വരുന്ന പുലിയെപ്പോലെ അവൾ എന്റെ മുമ്പിൽ അലറി.

അവധി ദിവസങ്ങളിലുള്ള യാത്രയും ഓഫീസ് സമയം കഴിഞ്ഞ് രാത്രി ഇരുട്ടിയുള്ള വരവും. അവൾ അന്യയായിത്തീരുന്നതു പോലെ തോന്നി.

വഴിയിൽ കണ്ടുമുട്ടിയാൽ അപരിചിതയെപ്പോലുള്ള പെരുമാറ്റം.

നാലാൾകൂടുന്നിടത്ത് ഒളിഞ്ഞും തെളിഞ്ഞും പറയുന്നത് കേൾക്കാൻ ഞാൻ വെമ്പൽകൊണ്ടു. അവരുടെ ചിരിയിലെ നാനാർത്ഥങ്ങളിൽ ശ്യാമളയെക്കുറിച്ചുള്ള കഥകൾ വായിക്കാൻ പണിപ്പെട്ടു.

ഒടുവിൽ ഉറച്ചതീരുമാനമെടുത്തു-അവളുടെ ജാരനെ കണ്ടുപിടിക്കണം.

ആരുടെ സഹായംതേടണമെന്ന് രണ്ടുവട്ടം ആലോചിക്കേണ്ടി വന്നില്ല.

തൃകാലജ്ഞാനിയായ സ്വാമിതന്നെ ശരണം.

മദ്യക്കുപ്പികൾക്കും ഗ്ലാസ്സിനുമിടയിൽ സ്വാമിയുടെ മുഖം കൂടുതൽ ചുവന്നിരുന്നു. കണ്ണടച്ച് ആലോചനയിലാണ്. അരുളപ്പാടിനായി ഞാൻ കാതോർത്തു.

"താൻ ഒരു കെണിയിലകപ്പെട്ടിരിക്കുകയാണ്."

കണ്ണുതുറന്നതും സ്വാമി എന്നോടായി അരുളി.

സ്വാമിയുടെ പരഹൃദയ ജ്ഞാനത്തിൽ ഞാൻ അദ്ഭുതം കൂറി.

ശ്യാമള - ഞാൻ വാചകം മുഴുമിപ്പിക്കുന്നതിന് മുമ്പെ ബാറ് മുഴുവൻ കിടിലം കൊള്ളുമാറുച്ചത്തിൽ അയാൾ ചിരിച്ചു. മേശപ്പുറത്തിരിക്കുന്ന ഒഴിഞ്ഞ കുപ്പികളും ഗ്ലാസ്സും ഇളകിയാടി. വെറ്റിലക്കറ പുരണ്ട വായിൽ കൂടി ഉമിനീർ പുറത്തു ചാടി.

ഓഫ് ചെയ്ത വണ്ടി പോലെ അയാൾ സാവധാനം പഴയ നിലയിലെത്തി.

"ലോകത്ത് എത്ര ശ്യാമളമാരുണ്ടെന്ന് തനിക്കറിയോ"

അപ്രതീക്ഷിതമായി സ്വാമിയുടെ ചോദ്യം കേട്ട് ഞാൻ അമ്പരന്നു.

അത്തരമൊരു കണക്ക് തന്റെ കൈയ്യിലില്ലെന്നോർത്തപ്പോൾ ലജ്ജ തോന്നി.

"താനറിയോ."

ഇല്ലെന്ന് തലയാട്ടി.

"ലോകത്തിലെ സകല സ്ത്രീകളും ശ്യാമളമാരാണ്."

ഉച്ചത്തിൽ ടേബിളിന്നിടിച്ചു കൊണ്ട് ആഹ്ലാദത്തിമിർപ്പോടെ അയാൾ അട്ടഹസിച്ചു.

ലോകം പിടിച്ചടക്കിയ യോദ്ധാവിനെപ്പോലെ അയാൾ ജയഭേരി മുഴക്കി.

മേശപ്പുറത്തിരുന്ന മദ്യം അകത്താക്കി അയാൾ പതുക്കെ എന്റെ ചെവിയിൽ മന്ത്രിച്ചു.

"ഞാനൊരു ബാച്ചിലറാണെന്ന് തനിക്കറിയാമല്ലോ."

ഉവ്വെന്ന് പറയുന്നതിന് മുമ്പെ അയാൾ സ്വരം മാറ്റി ഉച്ചത്തിൽ അലറി.

"ക്രോണിക് ബാച്ചിലർ."

കൂടുതൽ പറയാൻ അയാൾക്ക് കഴിഞ്ഞില്ല. മദ്യം അയാളെ കീഴ്പ്പെടുത്തിയിരുന്നു. നാവു കുഴഞ്ഞ് എന്തൊക്കെയോ പിറുപിറുത്ത് അയാൾ

ടേബിളിൽ വീണു. ആളൊഴിഞ്ഞ ബാറിൽ സ്വാമിയെ തനിച്ചാക്കി ഇരുട്ടിലേക്കു നടന്നു. കാറ്റിന്റെ ചൂളം വിളിക്കൊപ്പം സ്വാമിയുടെ വചനങ്ങളും കാതിൽ വന്നലച്ചു.

"ലോകത്തിലെ സകല സ്ത്രീകളും ശ്യാമളമാരാണ്."

പരമാർത്ഥം അറിയാൻ വൈകിയതിൽ കുറ്റബോധം തോന്നി.

ശ്യാമള നല്ല ഉറക്കത്തിലായിരിക്കും. ഒച്ചവെക്കാതെ കതകു തുറന്ന് അകത്ത് കയറി.

പ്രതിമകണക്കെ ഒരിടത്ത് നിലയുറപ്പിച്ചു. ചുറ്റും കണ്ണോടിച്ചു. ഒന്നും വ്യക്തമല്ല.

കട്ടിലിൽ ശ്യാമള ഇടത്തോട്ടും വലത്തോട്ടും തിരിഞ്ഞും മറിഞ്ഞും കിടന്നു.

ആ കിടപ്പിൽ അവൾ എന്തൊക്കെയോ സ്വരം താഴ്ത്തി സംസാരിക്കുന്നതു പോലെ അയാൾക്ക് തോന്നി.

കാമുകനെ സ്വപ്നം കാണുന്നതായിരിക്കും. അയാൾ ഊഹിച്ചു. സ്വാമിയെ വന്ദിച്ചുകൊണ്ട് കട്ടിലിനടുത്തേക്ക് നീങ്ങി. അവൾ പറയുന്നത് മുഴുവൻ കേൾക്കണം. സ്വപ്നം ഉപബോധ മനസ്സിൽ അടക്കിവെച്ച യാഥാർത്ഥ്യമാണെന്ന് എവിടെയോ വായിച്ചതോർമ്മയുണ്ട്. ജാര സംസർഗ്ഗം മനസ്സിലാക്കാൻ ഇതുതന്നെ വഴി. കാൽപെരുമാറ്റം കേൾപ്പിക്കാതെ അയാൾ കട്ടിലിനരികിലേക്ക് നീങ്ങി. കട്ടിലിന്റെ ഞരക്കം അയാൾ കേട്ടു. അല്പം കൂടി അടുത്തെത്തിയാൽ എല്ലാം വ്യക്തമായി കേൾക്കാം. പതുക്കെ മുന്നോട്ടടി വെച്ചതും കസേര മറിഞ്ഞു വീണതും ഒപ്പം കഴിഞ്ഞു.

"ആരാത്?" ശ്യാമള ഇരുട്ടിൽ ഭയപ്പാടോടെ ചോദിച്ചു.

"ശ്യാമളെ നീ ഉറങ്ങിയില്ലെ, ഇത് ഞാനാ നിന്റെ ചേട്ടൻ." കുറ്റബോധം മറച്ചു വെക്കാൻ അലസമായി ഞാൻ പറഞ്ഞു.

"ഹും. എങ്ങനെയുറങ്ങും. ഇവിടെ കിടന്നു നോക്കണം. അപ്പോഴറിയാം."

അവൾ തെല്ല് ഈർഷ്യയോടെ പറഞ്ഞു.

"അതെന്താ" ഞാൻ തിരക്കി.

"ഇതുവരെ മനസ്സിലായില്ല അല്ലെ."

അവളുടെ പരിഹാസത്തിൽ പൊതിഞ്ഞ വർത്തമാനത്തിന്റെ പൊരുളറിയാതെ ഞാൻ അന്ധാളിച്ചു നിന്നു.

"ഈ കിടക്ക മുഴുവൻ മൂട്ടയാ. പിന്നെ എങ്ങിനെ കിടന്നുറങ്ങും."

"മൂട്ടയോ" ഞാനാശ്ചര്യപ്പെട്ടു.

"അതെ മൂട്ട. അതിന് കാരണക്കാരൻ നിങ്ങളാ. ഞാനിതൊന്നും അറിയുന്നില്ലെന്ന് നിങ്ങൾ വിചാരിച്ചു അല്ലേ."

ശ്യാമള ഇരുട്ടിൽ തേങ്ങിക്കരയാൻ തുടങ്ങി.

ഞാനും മൂട്ടയും തമ്മിലുള്ള ബന്ധം-

എത്ര ആലോചിച്ചിട്ടും ഒരെത്തും പിടിയും കിട്ടിയില്ല.

"നിങ്ങൾ നിത്യവും റെയിൽവെ സ്റ്റേഷനിൽ പോയിരിക്കുന്നത് ആരെ യാത്രയാക്കാനാ."

ശ്യാമള ആവനാഴിയിലെ അവസാനത്തെ അസ്ത്രവും തൊടുത്തുവിട്ടു.

ഇരുട്ടിൽ എല്ലാം കീഴ്മേൽ മറിയുന്നതു പോലെ തോന്നി. മദ്യം വിയർപ്പായി നീരാവിയായി വായുവിൽ ലയിച്ചു. ചുണ്ടുകൾ വരണ്ടു. ഒരിറ്റു മദ്യമെങ്കിലും കിട്ടിയിരുന്നെങ്കിൽ എന്നയാൾ ആശിച്ചു. ശ്യാമള തന്റെ പരസ്ത്രീ ബന്ധം അറിഞ്ഞിരിക്കുന്നു. ഇരുട്ടിൽ ഇറങ്ങി ഓടിയാലോ. അയാൾ ആലോചിക്കാതിരുന്നില്ല. പക്ഷേ ശ്യാമളയുടെ തേങ്ങലുകൾ അതിനയാളെ അനുവദിച്ചില്ല.

❀

അപരിചിതൻ

മഴക്കാലം അവസാനിച്ചിട്ടില്ല. ചിങ്ങത്തിലെ ചാറ്റൽ മഴ മൂടൽ മഞ്ഞു കണക്കെ ഭൂമിയെ പൊതിഞ്ഞിരിക്കുന്നു. വെളിച്ചത്തിന്റെ നാവുകൾ ഇരുട്ടിന്റെ അവസാനത്തെ ശേഷിപ്പുകളെയും നക്കിത്തുടക്കുന്ന തിരക്കിലാണ്. മുന്നിലെ നാട്ടു വഴിയിൽ വെളിച്ചം വീണു തുടങ്ങി. സ്റ്റേഷനിലെത്താനുള്ള തിടുക്കത്തിൽ ബാഗിൽ കരുതിയിരുന്ന കുട അവിടെ കിടന്നതേയുള്ളൂ.

മഴ വക വെയ്ക്കാതെ ഇറങ്ങി നടന്നു.

ഈ വണ്ടി കിട്ടിയില്ലെങ്കിൽ വന്ന പാടേ തിരിച്ചു പോകേണ്ടിവരും.

അങ്ങിനെ വന്നാൽ...

ഭാര്യയുടെ മുഖം ഓർത്തു. പ്രതികരണമെന്തായിരിക്കുമെന്ന് ഊഹിക്കേണ്ടതില്ല. ദിവസേന പലതവണ അനുഭവിച്ചറിയുന്നതാണ്. പത്തിരുപത്തിയഞ്ചു വർഷങ്ങൾ കടന്നു പോയെങ്കിലും ആ വാക്കുകളുടെ മൂർച്ചയ്ക്ക് തേയ്മാനമൊന്നും സംഭവിച്ചിട്ടില്ല.

ഇരുണ്ട മുഖത്തെ വെള്ള ഗോട്ടി പോലെയുള്ള തിളക്കമാർന്ന കണ്ണുകൾ.

അതിന്റെ പൂർണ്ണാകാരം.

എല്ലാം ഒരു നിമിഷം മുന്നിലവതരിച്ചു.

ഒന്നോർത്താൽ ഇതൊക്കെ ചിന്തിക്കുന്നതെന്തിന്?

ബാഗിലെ പണമടങ്ങുന്ന പഴ്സ് അവിടെ തന്നെയുണ്ടെന്ന് ഉറപ്പുവരുത്തി. പണത്തിന്റെ കാര്യത്തിൽ തീരെ ശ്രദ്ധയില്ലെന്ന പരാതി പണ്ടേ അവൾക്കുണ്ട്.

'കിട്ടുന്നതൊക്കെ ബന്ധുക്കൾക്കും സ്വന്തക്കാർക്കും നൽകി തന്നെയും കുഞ്ഞുങ്ങളെയും പെരുവഴിയിലാക്കരുതെന്ന്' അവൾ പലതവണ താക്കീത് ചെയ്തിട്ടുണ്ട്.

മറ്റുള്ളവരുടെ ഇല്ലായ്മയ്ക്കും വല്ലായ്മയ്ക്കും മുന്നിൽ മനസ്സ് പതറാറുണ്ട്. സമ്പാദ്യത്തിന്റെ ഒരു പങ്ക് അങ്ങിനെയും ചെലവഴിച്ചു കാണും. ഇപ്പോഴും അത്തരം കാര്യങ്ങൾക്ക് എതിരു പറയാറില്ല.

ഇതൊന്നും പറഞ്ഞാൽ അവൾക്ക് മനസ്സിലാവില്ല. പത്തിരുപത്തിയഞ്ചു കൊല്ലം കടന്നു പോയെങ്കിലും അവളെന്നെ മനസ്സിലാക്കിയോ?

ഇല്ല-

പൂർണ്ണമായിട്ടല്ലെങ്കിലും ഭാഗികമായിട്ടെങ്കിലും?

അതും ഉണ്ടായിട്ടില്ല....

ഒന്നോർത്താൽ ആരും ആരെയും മനസ്സിലാക്കുന്നില്ല.

നെഞ്ചിൽ കൈവച്ചു പറഞ്ഞാൽ ഞാനവളെ മനസ്സിലാക്കിയോ?

ഇല്ല തന്നെ-

പിന്നെ അവളെ മാത്രം കുറ്റം പറഞ്ഞിട്ടെന്തു കാര്യം. കാഴ്ചയ്ക്കപ്പുറത്തേക്ക് ആരും പോവാറില്ല. അത് ലോക നിയമമായിരിക്കാം.

'നിന്റെ കെട്ട്യോളേയും മക്കളേയും മറന്നു കളിക്കരുത്. കൈയ്യിലഞ്ചു പണമുള്ളപ്പോ എല്ലാവരും അടുത്തു കൂടും. കൈവലഞ്ഞാൽ ഒന്നിനേയും കാണത്തില്ല.'

അമ്മായിയമ്മയുടെ വാക്കിലും മറ്റൊരു ലോക നിയമം-

ജീവിതത്തിന്റെ മറ്റൊരദ്ധ്യായം അവിടെ വെച്ചു തുടങ്ങുകയായി.

ധാരാളിയായ ഞാൻ പിശുക്കനാകാൻ ഏറെ സമയം വേണ്ടി വന്നില്ല.

ബന്ധുക്കൾ കുറഞ്ഞു; ബന്ധനങ്ങളും.

അമ്മായിയമ്മയുടെ ലോക നിയമത്തിനു മുന്നിൽ ഞാൻ അടിയറവു പറഞ്ഞു.

പണമാണ് ബാഗിലുള്ളത്. ആരെയും വിശ്വസിച്ചേക്കരുത്.

ശരിയാണ്.

ഈ ലോകത്തിൽ ആരെയും വിശ്വസിക്കാൻ കൊള്ളത്തില്ല. കപട ലോകം-

ഒരപരിചിതന്റെ മുഖം മൂടിയുമായി ഞാൻ പരിചിതരുടെയിടയിൽ ജീവിക്കാൻ തുടങ്ങി.

ഒന്നും മനഃപൂർവ്വമല്ല-

ആത്മരക്ഷയ്ക്ക്; സ്വന്തം നിലനില്പിന് അങ്ങിനെയും ഒരു വേഷം.

കനത്ത പുറംതോടിനുള്ളിൽ പൂർണ്ണമായും ഉൾവലിഞ്ഞു കിടക്കുക - എന്തൊരു സുഖം.

'അപ്നെ സഹയാത്രിയോംസെ കി സീ പ്രകാർകീ ഖാനെ പീനെ കീ വസ്തുവേം നാ ലേ.'

സഹയാത്രക്കാരിൽ നിന്ന് ഭക്ഷണ സാധനങ്ങൾ വാങ്ങി കഴിക്കാതിരിക്കുക

റെയിൽവെയുടെ മുന്നറിയിപ്പിലും താക്കീതിന്റെ സ്വരം. എല്ലാവരും എവിടെയും അപരിചിതരാകുന്ന ലോകം. ഓർത്തപ്പോൾ ചിരി വന്നു.

ബന്ധങ്ങൾക്ക് വിലയില്ലാത്ത ലോകം.

ആർക്കും ആരോടും കടപ്പാടോ ബാദ്ധ്യതകളോ ഇല്ലാത്ത ജീവിതം.

ഓർത്താൽ അതും സുഖം തന്നെ. ഒറ്റപ്പെടലിന്റെ അപരിചിതത്വത്തിന്റെ സുഖം.

പ്ലാറ്റ്ഫോമും പരിസരവും വിറപ്പിച്ചുകൊണ്ട് ഒരു ചരക്കുവണ്ടി കടന്നുപോയി. അതിന്റെ ഇരമ്പൽ നേർത്ത് നേർത്ത് വിദൂരതയിലെവിടെയോ വിലയം പ്രാപിച്ചു.

സ്റ്റേഷനിൽ തിരക്ക് കുറവാണ്. വണ്ടി വരാൻ വൈകുമെന്ന് ഉറപ്പായി.

അങ്ങിങ്ങ് അലസമായിട്ടിരിക്കുന്ന സിമന്റ് ബഞ്ചിലേക്ക് നോട്ടം പോയി. മിക്കതും യാത്രക്കാർ കൈക്കലാക്കിയിരിക്കുന്നു.

സ്റ്റേഷനിലെ ആൾത്തിരക്കില്ലാത്ത, വൃത്തികെട്ടതും വെടിപ്പില്ലാത്തതുമായ ഒഴിഞ്ഞ മൂലയിലെ ഒരു ബഞ്ചിൽ ഒരാൾ തനിച്ചിരിപ്പുണ്ട്.

അങ്ങോട്ട് പോയാലോ?

മനസ്സ് വിലക്കി.

ചെടിപ്പുണ്ടാക്കുന്ന ആ വൃത്തികെട്ട മൂലയിലേക്ക് പോകാൻ ആദ്യം മനസ്സ് മടിച്ചു.

തിരക്ക് കൂടി അതും നഷ്ടപ്പെട്ടെങ്കിലോ?

ശങ്കിച്ചു നില്ക്കാതെ നടന്നു....

സാമാന്യം നന്നായി വസ്ത്രം ധരിച്ച ഒരാൾ അവിടെയിരിപ്പുണ്ട്. അയാളുടെ കെട്ടും മട്ടും ഭാവവും ആ പരിസരത്തിന് തീരെ യോജിച്ചതല്ലെന്ന് തോന്നി. മറ്റുള്ളവരെ ആകർഷിക്കാനെന്നവണ്ണം അയാൾ വസ്ത്രത്തിൽ അതീവ ശ്രദ്ധ പുലർത്തിയിരുന്നു. തലയോട് ചേർത്ത് ചീകിവെച്ച മുടിയും ക്ലീൻ ഷേവും അയാളുടെ മുഖത്തെ സാമാന്യത്തിലധികം ചെറുതാക്കി കാണിച്ചു.

വൃത്തികെട്ട - ഒറ്റപ്പെട്ട - ആൾത്തിരക്കില്ലാത്ത ഈ ഒഴിഞ്ഞമൂല അയാൾ തിരഞ്ഞെടുത്തതിന്റെ രഹസ്യം പലവട്ടം ആലോചിച്ചിട്ടും ഒരെത്തും പിടിയും കിട്ടിയില്ല.

പോക്കറ്റടിക്കാരും, പിടിച്ചുപറിക്കാരും, തെരുവു വേശ്യകളും ചേക്കേറുന്ന സ്ഥലം.

ഇത്തരമൊരു സ്ഥലം അയാൾ തെരഞ്ഞെടുത്തത് എന്നിൽ സംശയമുണർത്തി.

പോക്കറ്റടിക്കാരും തട്ടിപ്പറിക്കാരും മാന്യമായി വസ്ത്രധാരണം ചെയ്യുമെന്ന് കേട്ടിട്ടുണ്ട്. പണമടങ്ങിയ സഞ്ചി ഞാൻ ശരീരത്തോടു ചേർത്തു പിടിച്ചു.

ചിരപരിചിതനെപ്പോലെ അയാളെന്നെ നോക്കി ചിരിക്കാൻ ശ്രമിച്ചു.

അപരിചിതത്വത്തിന്റെ മുഖം മൂടി വീഴാതിരിക്കാനുള്ള എന്റെ ശ്രമത്തിൽ അയാൾ നിരാശനായി.

തുറക്കാൻ തുടങ്ങിയ അയാളുടെ വായ പെട്ടെന്നടഞ്ഞു.

ഗൗരവം വിടാതെ ഞാൻ ബഞ്ചിന്റെ മറ്റെ അറ്റം കൈക്കലാക്കി. ഞങ്ങൾക്കിടയിലെ കനത്ത നിശ്ശബ്ദതയിൽ ബ്ലൂ സ്റ്റിക്കറൊട്ടിച്ച ബിസ്‌ലേരി വാട്ടർ ബോട്ടിൽ തലയുയർത്തി നിന്നു.

അത് അയാളുടേതായിക്കൂടെന്നില്ല.

അല്ലെന്ന് തോന്നും വിധം അത്ര മാറിയാണ് അത് കിടന്നത്.

ഞാൻ അയാളെ ഇടം കണ്ണിട്ടു നോക്കി. അലസമായി എവിടെയോ നോക്കിയിരിപ്പാണ്.

പൊടിമഞ്ഞു കണക്കെ പെയ്തിറങ്ങുന്ന ചാറ്റൽ മഴയത്തും വിയർപ്പ് അയാളുടെ മുഖത്തും കഴുത്തിലും ചാലിട്ടൊഴുകുന്നത് എന്നെ ആശ്ചര്യപ്പെടുത്തി.

അയാൾ മറ്റൊരു ലോകത്താണെന്ന് മനസ്സിലായതോടെ ഞാനയാളിലേക്ക് ശ്രദ്ധയൂന്നി.

പാതിയൊഴിഞ്ഞ വാട്ടർ ബോട്ടിലും പട്ടണത്തിലെ റെഡീമെയ്ഡ് ഷോപ്പിന്റെ ലേബലുള്ള പ്ലാസ്റ്റിക്ക് സഞ്ചിയും അയാളുടേതായിരിക്കാം.

കനത്ത നിശ്ശബ്ദതയുടെ മടുപ്പ്-

എവിടേക്കാണെന്ന് തിരക്കിയാലോ.

അപരിചിതൻ അത്യാപത്താണെന്ന് മനസ്സ് മന്ത്രിച്ചു. പോരാതെ അയാളുടെ മട്ടും ഭാവവും ആ പരിസരവും അത്ര പന്തിയല്ലെന്ന് തോന്നിച്ചു. അയാൾ മാന്യമായി വസ്ത്രം ധരിച്ച പോക്കറ്റടിക്കാരനോ പിടിച്ചു പറിക്കാരനോ ആയിക്കൂടെന്നില്ല.

എന്നോട് സൗഹൃദം നേടാനുള്ള അയാളുടെ ശ്രമവും ആ വഴിക്കല്ലെന്ന് ആരു കണ്ടു

അയാളുടെ ഓരോ ചലനവും ശ്രദ്ധിക്കേണ്ടിയിരിക്കുന്നു. സൗഹൃദം നേടാനുള്ള അയാളുടെ ഓരോ ശ്രമവും പരാജയപ്പെടുത്തേണ്ടത് എന്റെ ബാദ്ധ്യതയായി മാറി.

ഇരയേയും കാത്തിരിക്കുന്ന വേട്ടക്കാരന്റെ അവസ്ഥയായിരുന്നു എന്റേത്.

എപ്പോഴാണ് അത് ചാടിപ്പുറത്തു വരിക.

കാത്തിരിക്കുക തന്നെ.

ഒരു നെടുവീർപ്പോടെ അയാൾ ആലോചനയിൽ നിന്നുണർന്നു.

നെറ്റിയിലെ വിയർപ്പു കണങ്ങൾ പാടേ തുടച്ചു മാറ്റി അയാളെന്നെ നോക്കി.

ഞാനൊന്നു ചൂളി-

'വണ്ടി വരാൻ ഇനിയും സമയമെടുക്കും'

പാതി എന്നോടായും അല്ലാതെയും അയാൾ പറഞ്ഞു.

ഗത്യന്തരമില്ലാതെ ഞാൻ തലയാട്ടി സമ്മതിച്ചെന്നു വരുത്തി.

അയാൾ വണ്ടി വരാനുള്ള തിടുക്കത്തിലാണ്.

അക്ഷമനാണെന്ന് അയാളുടെ മുഖം വിളിച്ചു പറഞ്ഞു.

ആൾത്തിരക്കിലാണ് മോഷ്ടാക്കൾ അവരുടെ കൃത്യം നിർവ്വഹിക്കുന്നതെന്ന് കേട്ടിട്ടുണ്ട്.

'ഈ മഞ്ഞു കാലത്തും എന്തൊരുൾച്ചൂട്.'

അയാളെന്നെ നോക്കി ചെറുതായൊന്ന് ചിരിച്ചെന്ന് വരുത്തി.

സൗഹൃദം കാണിക്കാനുള്ള ശ്രമം-

അയാൾ പാതി തീർന്ന വാട്ടർ ബോട്ടിൽ എനിക്ക് നേരെ നീട്ടി.

ഞാൻ തലയാട്ടി വിലക്കി.

റെയിൽവെയുടെ മുന്നറിയിപ്പിന് ഞാൻ നന്ദി പറഞ്ഞു.

ശീതള പാനീയത്തിൽ മയക്കു മരുന്നു കലർത്തി യാത്രക്കാരെ കൊള്ള യടിക്കുന്ന പരമ്പര തന്നെ പത്രത്താളുകളിൽ അരങ്ങേറിക്കൊണ്ടിരിക്കുന്ന കാലം.

അയാൾ അത്തരക്കാരൻ തന്നെയെന്ന് മനസ്സ് ഉറപ്പിച്ചു.

അല്ലെങ്കിൽ ഈ തണുപ്പാൻ കാലത്ത് ആരെങ്കിലും കുടിവെള്ളം വച്ചു നീട്ടുമോ?

മനസ്സിലുണ്ടായിരുന്ന സംശയം ബലപ്പെട്ടു.

ആളില്ലാത്ത ഒഴിഞ്ഞമൂലയിൽ ഇടം തേടിയതും മറ്റൊന്നും കൊണ്ടാ യിരിക്കില്ല.

ഇരയെ ഒറ്റപ്പെട്ട സ്ഥലത്ത് വെച്ച് കൈകാര്യം ചെയ്യുക.

പണമടങ്ങിയ ബാഗ് ഞാൻ ഒന്നുകൂടി ശരീരത്തോട് ചേർത്തുപിടിച്ചു.

പരിസരമൊന്നാകെ കണ്ണോടിച്ചു.

ആരുടെ ശ്രദ്ധയും ഈ വഴിക്കില്ല.

വണ്ടി വരാനുള്ള തിടുക്കം മനസ്സിലൂന്നി. ഇവിടെ നിന്ന് രക്ഷപ്പെട്ടാൽ മതിയെന്ന് തോന്നിത്തുടങ്ങി.

പ്ലാസ്റ്റിക്ക് സഞ്ചിയിൽ നിന്ന് അപരിചിതൻ എന്തോ തിരഞ്ഞു.

പാക്കറ്റിൽ നിന്നെടുത്ത ഒരു ബിസ്ക്കറ്റ് എനിക്ക് നേരെ നീട്ടി.

'ഒരെണ്ണം കഴിക്കൂ' - അയാൾ സ്വരം താഴ്ത്തി പറഞ്ഞു.

ഞാനല്ലാതെ മറ്റൊരാൾ അത് കേട്ടിരിക്കാനിടയില്ല. അത്രയും പതിഞ്ഞ ശബ്ദത്തിലാണ് അയാൾ പറഞ്ഞത്.

വേണ്ടെന്ന് ഞാൻ വിലക്കി.

ഇനിയും എത്തിച്ചേരാത്ത വണ്ടിയെ ഞാൻ ശപിച്ചു. അയാളുടെ ലക്ഷ്യം ഞാൻ തന്നെയെന്ന് ബലപ്പെട്ടു. ഇനി ഇവിടെയിരിക്കുന്നത് പന്തി യല്ലെന്നു തോന്നി. പണമടങ്ങിയ ബാഗ് തട്ടിപ്പറിച്ച് റെയിൽവെയുടെ പുറമ്പോക്കിലൂടെ ഓടി രക്ഷപ്പെട്ടാൽ എന്റെ നിലവിളി ആരു കേൾക്കാൻ.

ഞങ്ങൾക്കിടയിൽ ഒരു മൂന്നാമൻ വന്നിരുന്നു. ആശ്വാസമായി.

ഞാൻ നവാഗതനെ ഒന്നു നോക്കി.

പാവം, ഇന്നത്തെ ഇര ഇയാളായിരിക്കാം.

അയാൾക്ക് നഷ്ടപ്പെടാൻ പോകുന്നതിനെക്കുറിച്ചോർത്തപ്പോൾ ഒരെത്തും പിടിയും കിട്ടിയില്ല. നാളത്തെ പത്രത്തിൽ അതൊരു വാർത്ത

യായിരിക്കും. അതു വായിച്ചു ആളുകൾ രസിക്കും. ആ രസിച്ചവർ തന്നെ ഇത്തരക്കാരുടെ കെണിയിൽ വീഴും.

എന്തൊരു വിചിത്ര ലോകം!

ഓർത്തപ്പോൾ ചിരിക്കാതിരിക്കാൻ കഴിഞ്ഞില്ല. അയാൾ കാണാതിരിക്കെ ഞാൻ സ്റ്റേഷന്റെ വലതു ഭാഗത്തേക്ക് നീങ്ങി. വെള്ളത്തിലെ പരൽ മീൻ കണക്കെ ഒഴുകി എന്നു പറയുന്നതാവും ശരി.

ഏതാണ്ടകലം പിന്നിട്ടപ്പോൾ ഞാൻ സ്റ്റേഷന്റെ തെക്കു ഭാഗത്തേക്ക് കണ്ണോടിച്ചു. അകലെ ഒരു വെള്ളപ്പൊട്ടു പോലെ അയാളിരിപ്പുണ്ട്.

അയാൾക്കും എനിക്കും ഇടയിലുള്ള ദൂരം എന്നെ ആശ്വസിപ്പിച്ചു.

മറ്റൊരിരയെ അയാൾ കണ്ടെത്തിയിരിക്കും.

വണ്ടിയുടെ ഒടുവിലത്തെ കംപാർട്ട്മെന്റ് വന്ന് നില്ക്കുന്നിടം ലക്ഷ്യമാക്കി നടന്നു. സ്റ്റേഷനിൽ തിരക്കനുഭവപ്പെട്ടു തുടങ്ങി.

വണ്ടിയുടെ ചൂളംവിളിയും റെയിൽ പാളത്തിന്റെ ഞരക്കവും സ്റ്റേഷനിലേക്ക് അതിക്രമിച്ചു കയറി. വലിയൊരു കിതപ്പോടെ വണ്ടി സ്റ്റേഷനിൽ വന്നു നിന്നു.

കയറുന്നവരുടെയും ഇറങ്ങുന്നവരുടെയും തിരക്ക്.

സർവ്വത്ര ബഹളം–

സീറ്റൊഴിവില്ലെങ്കിലും ജനം തിക്കിക്കയറി.

ഒരു വിടവിലൂടെ ഞാനും അകത്തു കയറി.

സ്റ്റേഷനിലെ ബഹളം ഏതാണ്ട് നിലച്ച മട്ടായി.

ഞാൻ കംപാർട്ട്മെന്റിൽ ചുറ്റും കണ്ണോടിച്ചു. ജനാല വഴി പുറത്തേക്ക് നോക്കി. അയാൾ ഈ പരിസരത്തൊന്നും ഇല്ലെന്ന് ഉറപ്പു വരുത്തി. അയാൾക്ക് മറ്റൊരിരയെ ലഭിച്ചു കാണും. അത് ആ മൂന്നാമൻ ആയിക്കൂടെന്നില്ല. ഞാൻ പണമടങ്ങിയ ബാഗ് ശരീരത്തോട് ചേർത്തു പിടിച്ചു. ആൾക്കാരുടെ തിരക്ക് ഇപ്പോൾ കംപാർട്ടുമെന്റിനകത്താണ്. വണ്ടിയുടെ ചൂളംവിളി കേൾക്കാൻ എല്ലാവരും കാതോർത്തിരിക്കുന്നു. അക്ഷമരായ യാത്രക്കാരിൽ പലരും വണ്ടിയിൽ നിന്നിറങ്ങി. സ്റ്റേഷനിൽ നിലകൊണ്ടു. വണ്ടി പുറപ്പെടാനുള്ള യാതൊരു അറിയിപ്പുമില്ല. സിഗ്നൽ തകരാറാണെന്ന് ആരോ പറയുന്നത് കേട്ടു. അതല്ല ക്രോസിങ്ങാണെന്ന് മറ്റ് ചിലർ. ഏതായാലും വണ്ടി വന്നിടത്തു തന്നെ നിന്നു.

പുറത്തേക്കിറങ്ങിയാലോ?

വേണ്ടെന്ന് മനസ്സ് വിലക്കി.

അയാൾ ഈ പരിസരത്തില്ലെന്ന് ആരറിഞ്ഞു. അയാളുടെ ലക്ഷ്യം ഞാൻ തന്നെയാണെങ്കിലോ. അത്തരമൊരു ബലപരീക്ഷണത്തിന് ഞാൻ മുതിർന്നില്ല. വണ്ടി വിടുമ്പോൾ വിടട്ടെയെന്ന് ആശ്വസിച്ച് നില്പായി.

'ആരോ വണ്ടിക്കു മുന്നിൽ ചാടി ആത്മഹത്യ ചെയ്തിരിക്കുന്നു. വണ്ടി വിടാൻ വൈകും.' സ്റ്റേഷനിൽ നിന്നൊരാൾ കംപാർട്ട്മെന്റിലുള്ളവർ മുഴുവൻ കേൾക്കേ ഉച്ചത്തിൽ വിളിച്ചു പറഞ്ഞു.

വെളിയിലിറങ്ങാൻ തോന്നി.

അടുത്ത ബഹളത്തിൽ ഈ സ്ഥലം കിട്ടിയില്ലെങ്കിലോ. ആ ശ്രമവും വേണ്ടെന്ന് വെച്ചു.

മരിച്ച ആളെക്കുറിച്ചുള്ള വർണ്ണന.

തെല്ലു നേരമ്പോക്കായും അല്ലാതെയും യാത്രക്കാർ സംഭവം വിവരിക്കാൻ തുടങ്ങി.

ആ ഹതഭാഗ്യനെക്കുറിച്ച് മനസ്സ് സങ്കടപ്പെട്ടു.

അയാളുടെ കുടുംബം. ഭാര്യ, മക്കൾ മറ്റ് ഉറ്റ ബന്ധുക്കൾ - അവരാരും ഇപ്പോൾ ഈ ദുരന്തം അറിഞ്ഞു കാണുകയില്ല. അവരെല്ലാം പതിവ് ദിനചര്യയിൽ ആയിരിക്കും.

തങ്ങളുടെ പ്രിയപ്പെട്ടവൻ സ്റ്റേഷൻ വരാന്തയിൽ ചലനമറ്റു കിടക്കുന്നതു കാണുമ്പോഴുണ്ടാകുന്ന മനോവ്യഥയോർത്ത് മനസ്സ് പിടഞ്ഞു.

മനുഷ്യ ജീവിതം. അതിന്റെ ക്ഷണികത.

നിമിഷം കൊണ്ട് എല്ലാം തീരുന്നു.

ബന്ധങ്ങളും ബന്ധനങ്ങളും അറുത്തു മാറ്റപ്പെടുന്നു.

വണ്ടിയുടെ സൈറൺ മുഴങ്ങി. യാത്രക്കാർ എല്ലാം മറന്ന് വണ്ടിയിലേക്ക് തള്ളിക്കയറി.

ജീവിതത്തെപ്പോലെ വണ്ടിയും നീങ്ങിത്തുടങ്ങി.

മുന്നോട്ട്.

ജനാലയ്ക്ക് ചേർത്ത് ഞാൻ മുഖമമർത്തി.

ആ ഹതഭാഗ്യനെ ഒരു നോക്കു കാണാൻ.

പ്ലാറ്റ് ഫോമിലെ ഓരോ പോയന്റിലും കണ്ണോടിച്ചു. വണ്ടി സ്റ്റേഷന്റെ തെക്കുഭാഗത്തെത്താറായി. അവിടെ ചെറിയൊരാൾ കൂട്ടം.

ആൾക്കൂട്ടത്തിനിടയിലൂടെ ബഞ്ചിലിരിക്കുന്ന വാട്ടർ ബോട്ടിലും പ്ലാസ്റ്റിക്ക് സഞ്ചിയും അതിന്റെ ഉടമസ്ഥനെ തിരയുന്നതു പോലെ തോന്നി. പൂർണ്ണമായും ഒഴിഞ്ഞ വാട്ടർ ബോട്ടിൽ ഒരു ചോദ്യചിഹ്നം പോലെ അവിടെ നിലകൊണ്ടു. താഴെ വണ്ടി ചതച്ചിട്ട ആ ഹതഭാഗ്യനും.

വണ്ടിക്ക് വേഗത വർദ്ധിച്ചു. എന്തൊ പ്രതികാരം ചെയ്യാനുള്ള വ്യഗ്രതയോടെ ആ ഇരുമ്പു ശകടം കുതിച്ചു.

ഒഴിഞ്ഞ വാട്ടർ ബോട്ടിലും പ്ലാസ്റ്റിക്ക് സഞ്ചിയും രണ്ടായി പിളർന്ന മൃതദേഹവും ആ സ്റ്റേഷനുമെല്ലാം പിന്നോട്ടേക്ക് അകന്നകന്നു പോയി.

'അപരിചിതരോം സേ കിസീ പ്രകാർ കി ഖാനെ പീനെ കീ വസ്തുവോം നാലേ.'

റെയിൽവെയുടെ മുന്നറിയിപ്പു മാത്രം ഈ അകലത്തു നിന്നും എനിക്ക് വ്യക്തമായി കേൾക്കാം.

☸

കഥാന്ത്യം

തികച്ചും അപ്രതീക്ഷിതമായത് സംഭവിച്ചു.

വേനൽ ചൂടിൽ നിനക്കാതെ കിട്ടിയ മഴ പോലെ അതെന്നിൽ പെയ്തിറങ്ങുകയായിരുന്നു.

ഒടുവിൽ എല്ലാ ശാപവചനങ്ങൾക്കും പരിഹാസത്തിനും അറുതി വന്നിരിക്കുന്നു.

ആരൊക്കെ എന്തൊക്കെ പറഞ്ഞു.

ഓർമ്മയുടെ ചെപ്പിനുള്ളിൽ പരതി.

ശകാരങ്ങൾ, അടക്കം പറച്ചിലുകൾ, അവയിലൊളിപ്പിച്ചു വെച്ച പരിഹാസങ്ങൾ, വേണ്ടപ്പെട്ടവരുടെ ഗുണദോഷ വിചാരത്തിനും ഉറ്റ സുഹൃത്തുക്കളുടെ നിന്ദാസൂചകമായ കളിയാക്കലിനും ശത്രുക്കളുടെ അടക്കം പറച്ചിലിനുമിടയിൽ കാറ്റിലകപ്പെട്ട ചെറുവള്ളം കണക്കെ മനസ്സ് പതറി. അപ്പോഴും ഈ ഇരുണ്ട തുരങ്കത്തിനപ്പുറം വെളിച്ചമുണ്ടാകുമെന്നുള്ള പ്രതീക്ഷ അസ്ഥാനത്തായിരുന്നു.

എങ്ങോട്ടെങ്കിലും പോയാലോ.

ആലോചിക്കാതിരുന്നില്ല.

മനസ്സ് വേണ്ടെന്നു പറഞ്ഞു.

ഒന്നും കണ്ടതോ കേട്ടതായോ ഭാവിച്ചില്ല.

മൗനത്തിന്റെ വാത്മീകത്തിനുള്ളിൽ തപസ്സിരിക്കാൻ പഠിച്ചു.

അതും ഒരു സുഖമായിരുന്നുവെന്ന് ഇപ്പോൾ തോന്നുന്നു.

ഒന്നും അറിയാതെ ജീവിക്കുക. ഒന്നിനോടും പ്രതികരിക്കാതിരിക്കുക.

ഇന്നിപ്പോൾ മുഖാവരണത്തിന്റെ ആവശ്യമില്ല.

എല്ലാ മുഖങ്ങളും തെളിഞ്ഞു കാണാം.

ഒരങ്കം ജയിച്ച പ്രതീതിയോടെ മനസ്സുവെമ്പി-

ആരോടെങ്കിലും പറയണം

വഴിയിൽ പരിചിതമുഖങ്ങളൊന്നുമില്ല.

എടാ കേശൂ-

അങ്ങിനെയാണ് അമ്മ വിളിക്കുക. സ്നേഹം കൊണ്ട് കേശവൻ പാതിയായി ചുരുങ്ങിയതാണ്.

നിനക്കെത്ര വയസ്സായെന്നറിയോ

തെല്ല് പരിഭവത്തിലും തെല്ല് നിസ്സഹായതയിലും അമ്മ ചോദിക്കും. പാലത്തിന്നടിയിലൂടെ വെള്ളം പല തവണ കടന്നു പോയെങ്കിലും നാല്പതിന് മുകളിലൊരു സംഖ്യ അമ്മയ്ക്കറിയില്ല. ഓർത്തു പറയുന്നതിനു മുന്നേ ആ കണ്ണുകൾ ഈറനണിയും. തൊണ്ടയിൽ കുരുങ്ങിയ വാക്കുകൾക്കൊപ്പം കനത്ത മഴ പോലെ പിന്നീടത് കരച്ചിലിൽ അവസാനിക്കും. ചുമലിലിരിക്കുന്ന നേർത്ത മുണ്ടിൽ മുഖം തുടച്ച് പരിഭവത്തോടെ അകത്തേക്ക് പോകും.

ദുഃഖപര്യവസായിയായ നാടകത്തിന്റെ ഒടുക്കം അവിടെയാണ്.

അമ്മയ്ക്ക് പരിതപിക്കാനേ കഴിയൂ.

കല്ല്യാണം കഴിക്കേണ്ടത് ഞാനല്ലേ.

'പൂരാടം നക്ഷത്രക്കാർക്ക് ശനിപ്പകർച്ചയുടെ ദോഷം അനുഭവിക്കേണ്ടിവരും. ഏഴരശ്ശനിയാണ്. ഉദ്ദേശിച്ച കാര്യങ്ങളൊന്നും നടക്കുന്നില്ലെന്ന ചിന്ത മനസ്സിനെ അസ്വസ്ഥമാക്കും. നീചസ്ത്രീകളുമായി സഹകരിക്കും.'

പണിക്കർ കറുത്ത ഫ്രെയിമുള്ള കണ്ണടയ്ക്കു മുകളിലൂടെ എന്നെയൊന്നുഴിഞ്ഞു നോക്കി.

തെല്ലൊരു പരിഹാസം ആ മുഖത്ത് മിന്നി മറഞ്ഞു.

നീട്ടിവലിച്ചൊരു കോട്ടുവായ്ക്കു ശേഷം തുടർന്നു.

'ഇഷ്ട വിവാഹലബ്ധിക്കു അഷ്ടാദശമന്ത്രം ദീപാവലി ദിവസം ജപിച്ചു തുടങ്ങ്വാ'

പോക്കറ്റിൽ നിന്നു പേനയെടുത്തു കുറിച്ചു.

'ഓം നമോ ഭഗവതേ വാസുദേവായ മാധവായ സുകേശായ ശ്രീം...' പിന്നെയും നാലഞ്ചു വരികൾ എഴുതി.

ദക്ഷിണ വാങ്ങി കുറിപ്പു കൈയ്യിൽ തന്നു പിരിഞ്ഞു.

എല്ലാം അമ്മയുടെ നിർബന്ധം.

പണിക്കരുടെ കുറിപ്പെവിടെ

അതന്വേഷിക്കേണ്ടത്ര വിശ്വാസം ഇല്ലായിരുന്നു.

ഇന്നിപ്പോൾ അതിന്റെ ആവശ്യവുമില്ല.

'പൂരാടം നക്ഷത്രക്കാർ നീച സ്ത്രീകളുമായി സഹകരിക്കും.'

പണിക്കരുടെ മുഖത്ത് പ്രത്യക്ഷപ്പെട്ട പരിഹാസത്തിന് വാക്കിനേക്കാൾ മൂർച്ചയുള്ളതായി തോന്നി.

മനസ്സിനത് തെല്ലും ഉൾക്കൊള്ളാനായില്ല.

ആ നീല കണ്ണുകളിലെ ആർദ്രത തുറന്ന പുസ്തകത്തിലെ അക്ഷരം പോലെ ഇപ്പോഴും വായിച്ചെടുക്കാം.

വീണ്ടും വീണ്ടും ഓർത്തപ്പോൾ മനസ്സിൽ തെളിമയാർന്ന ചിത്രം കണക്കെ ആമുഖം അവതരിച്ചു.

വീതിയേറിയ നെറ്റിയിലെ വർണ്ണപ്പൊട്ടിന് താഴെ വാലിട്ടെഴുതിയ നീല കണ്ണുകൾ.

നെറ്റിയിലെ പൊട്ടിനും നീല വർണ്ണം

ചെറു പൂക്കളുള്ള നീല വോയിൽ സാരിയും നന്നേ ചേർന്നിരിക്കുന്നു.

ഒരു നീലക്കിളി മുൻ സീറ്റിലിരുന്ന് വാരിക വായിക്കുന്നു.

ചായം പുരണ്ട പാതി വിടർന്ന കൺപോളകൾ അവൾക്ക് ഒരു ലാസ്യ ഭാവം നല്കിയിരുന്നു.

വണ്ടിയുടെ ഇളക്കത്തിന്നനുസരിച്ച് തെന്നിമാറിയും വീണ്ടും പ്രത്യക്ഷപ്പെട്ടും ആ മുഖം കണ്ണിനു മുന്നിൽ ഒളിച്ചുകളിച്ചു.

വണ്ടിയിലെ തിരക്ക് സീറ്റിലിരിക്കുന്നവരെ അലോസരപ്പെടുത്തി.

ഫസ്റ്റ് ക്ലാസ് കംപാർട്ട്മെന്റിലെ യാത്രയും ജനം ഭയക്കാൻ തുടങ്ങിയിരിക്കുന്നു.

ശ്വാസം വിടാൻ പറ്റാത്ത വണ്ണം രണ്ടാം ക്ലാസ് യാത്രക്കാരുടെ ഇരച്ചുകയറ്റം.

തിരക്കിനിടയിൽ ആ മുഖം എപ്പോഴോ അപ്രത്യക്ഷമായി.

ഒരു കാസ രോഗിയെപ്പോലെ വണ്ടി കിതച്ചു നീങ്ങി.

ജനാലയിൽ കൂടി ഒരു തുണ്ടു വെളിച്ചം പോലും കടന്നു വരുന്നില്ല. യാത്രക്കാരുടെ അരുതായ്മയും കശപിശയും അങ്ങിങ്ങു നടക്കുന്നുണ്ട്.

ഒന്നിലും മനസ്സുടക്കിയില്ല.

ഇന്ത്യൻ റെയിൽവെയെ പ്രാകിക്കൊണ്ട് കണ്ണും പൂട്ടിയിരുന്നു.

ഒടുവിൽ കിതപ്പു മാറ്റാനെന്നവണ്ണം വണ്ടി സ്റ്റേഷനിൽ നിന്നു.

ബഹളത്തിനിടയിലും കണ്ണുകൾ ആ നീല സാരിയിൽ ഉടക്കി.

ഒരു മിന്നാമിനുങ്ങിന്റെ വെട്ടം പോലെ പെട്ടെന്ന് മിന്നിമറഞ്ഞു. യാത്രക്കാരുടെ തിക്കിലും തിരക്കിലും അതെങ്ങോ അപ്രത്യക്ഷമായി. ഓഫീസിലെത്താനുള്ള തിടുക്കത്തിൽ ഒരുവിധം വണ്ടിയിൽ നിന്നിറങ്ങി. നീണ്ട പ്ലാറ്റ്ഫോമിലൂടെ ജനം നദി കണക്കെ ഒഴുകി. പ്ലാറ്റ്ഫോമിലൂടെ തിക്കി തിരക്കി നീങ്ങുമ്പോഴും മേശപ്പുറത്തെ ഫയലുകളിലായിരുന്നു ചിന്ത ഒരാഴ്ചത്തെ അവധിയുടെ ബാക്കിപത്രം മേശപ്പുറത്തിരിപ്പുണ്ട്.

ഫയലുകൾക്കിടയിൽ കണ്ണോടിക്കുമ്പോൾ മനസ്സിലവൾ കയറിവന്നു.

തെല്ലു പ്രതീക്ഷയോടെ ഞാനവളെ വായിക്കാൻ തുടങ്ങി. വാലിട്ടെഴുതിയ കൺപോളകൾക്കുള്ളിലെ നീല കണ്ണുകൾ. ആ കണ്ണുകളിലെ അനുഭവ പാഠങ്ങൾ എന്റെ മുന്നിൽ നിരന്നിരിക്കുന്നതു പോലെ തോന്നി.

പതിവു കാഴ്ചകളിൽ ഞാനവളെ കൂടുതൽ അറിയാൻ ശ്രമിച്ചു.

അപ്പോഴൊക്കെ എന്റെ വായനയ്ക്കപ്പുറം എന്തോ ഒരു നിഗൂഢത അവളെ ആവരണം ചെയ്യപ്പെട്ടതായി അനുഭവപ്പെട്ടു.

ഒരുപക്ഷേ ഇതൊക്കെ എന്റെ തോന്നലായിരിക്കാം

വെറുമൊരു ദിവാസ്വപ്നം.

അന്യരെ മനസ്സിലാക്കാൻ ശ്രമിക്കുന്നതിലെ വ്യർത്ഥതയോർത്ത് ചിരിച്ചു.

ഒന്നു പരിചയപ്പെട്ടാലോ. ആലോചന ആ വഴിക്ക് നീങ്ങി.

വണ്ടിയിലെ ആൾത്തിരക്കിൽ അതെങ്ങിനെ സാദ്ധ്യമാവും

യാത്ര മുഴുവൻ വായനയിലൊതുക്കുന്ന അവളുടെ സൗഹൃദം നേടിയെടുക്കുക എളുപ്പമല്ലെന്ന് തോന്നി.

ഒടുവിലതു സംഭവിച്ചു.

ജനം തിങ്ങി നിറഞ്ഞ കംമ്പാർട്ടുമെന്റിൽ വണ്ടിയുടെ ഇളക്കത്തിനൊപ്പം അവളെ തട്ടിയും മുട്ടിയും ഇരിക്കാനൊരു സീറ്റു തരപ്പെട്ടു.

ഇതു തന്നെ പരിചയപ്പെടാനുള്ള അവസരം.

മറ്റൊരവസരം ഇതുപോലെ ഒത്തില്ലെന്ന് വരാം... മനസ്സ് പറഞ്ഞു.

ബോധപൂർവ്വം അവളെ തൊട്ടുരുമ്മിയിരുന്നു.

മുഖത്തെ ചായത്തിന്റെ ഗന്ധം മൂക്കിൽ ഇരച്ചു കയറി. എണ്ണയുടെ ശീതളിമ കംമ്പാർട്ടുമെന്റിലെ ഉഷ്ണക്കാറ്റിൽ ഓടി നടന്നു.

പറഞ്ഞറിയിക്കാൻ പറ്റാത്ത നിർവൃതി എന്നെ തഴുകിക്കൊണ്ടിരുന്നു.

എങ്ങിനെ തുടങ്ങണം.

എന്തു പറയണം.

വരാൻ പോകുന്ന ജയാപജയങ്ങളെക്കുറിച്ച് മനസ്സ് കൂട്ടലും കിഴിക്കലും നടത്തി.

ചുറ്റും കണ്ണോടിച്ചു.

യാത്രക്കാരെല്ലാം അവരവരുടെ ലോകത്താണ്. ആരും പ്രത്യേകിച്ചാരെയും ശ്രദ്ധിക്കുന്നില്ല. തീവണ്ടി യാത്രയെന്ന ദുരിതത്തെ ശപിച്ചുകൊണ്ട് സ്റ്റേഷനിലെത്താനുള്ള തിടുക്കത്തിലാണ് നില്ക്കുന്നവർ. സീറ്റ് കിട്ടിയവരാകട്ടെ സമയം കൊല്ലാനായി ഉറക്കത്തിലുമാണ്.

ആരും കേൾക്കാനോ കാണാനോയില്ലെന്നുറപ്പായി.

മാസികയിൽ മുഖം പൂഴ്ത്തിയിരിക്കുന്ന സുന്ദരിയെ വീണ്ടും നോക്കി.

അവളീ ലോകത്തല്ല.

കഥയുടെ മാസ്മരിക വലയത്തിൽപ്പെട്ട് സ്വപ്നം കാണുകയായിരിക്കാം.

വണ്ടിയുടെ ഇളക്കവും ഇരുമ്പു ചക്രങ്ങളുടെ കശപിശയും ഇടയ്ക്കുള്ള ചൂളം വിളിയും അവളെ ബാധിച്ചില്ല.

'അസൗകര്യമായോ.'

ബോധപൂർവ്വം അവളെ തള്ളിയിട്ട് ഒന്നുമറിയാത്തവനെപ്പോലെ ചോദിച്ചു.

'ഏയ് സാരമില്ല.'

മുഖമുയർത്താതെ അവൾ പറഞ്ഞു.

ആ ശബ്ദത്തിലെ എളിമ എന്നിൽ പ്രതീക്ഷയുണർത്തിയെങ്കിലും മുഖമുയർത്താതെയുള്ള മറുപടിയിൽ ഞാൻ നിരാശനായിരുന്നു.

വണ്ടിയിൽ കണ്ടുമുട്ടുക പതിവായി.

അത്തരമൊരു പതിവു കാഴ്ചയ്ക്കു വേണ്ടി ഫസ്റ്റ് ക്ലാസ് കംപാർട്ടുമെന്റിലെ സീസൺ ടിക്കറ്റുകാരനായി മാറി ഞാൻ.

ഞങ്ങൾ തമ്മിലുള്ള അകലം കുറഞ്ഞു വന്നു.

എന്റെ ഭാവനയിലുള്ള പെൺകുട്ടി അവൾ തന്നെ. ഞാൻ അന്വേഷിച്ചു നടന്ന പെൺകുട്ടി.

അവളുടെ ചുരുണ്ട തലമുടിയും നീലകണ്ണുകളും എനിക്കേറെ ഇഷ്ടപ്പെട്ടു.

സുന്ദരിയായി ഒരുങ്ങി നടക്കാനവൾക്കറിയാം.

ചായം പൂശിയ മുഖവും വാലിട്ടെഴുതിയ കണ്ണുകളും ചേർച്ചയുള്ള സാരിയും നെറ്റിയിലെ വർണ്ണപ്പൊട്ടും അവളിലെ സൗന്ദര്യാരാധകയെ വിളംബരം ചെയ്തു.

പക്ഷേ, ആ വായന മാത്രം എനിക്കിഷ്ടപ്പെട്ടില്ല.

ഒടുവിൽ അവളുടെ ഇഷ്ടത്തിനനുസരിച്ച് ഞാൻ എന്നെത്തന്നെ ക്രമപ്പെടുത്താൻ തീരുമാനിച്ചു.

അവൾക്കു വായിക്കാനുള്ള ആഴ്ചപ്പതിപ്പ് കൈയ്യിൽ കരുതുക പതിവാക്കി.

അപ്പോഴൊക്കെ ആ വിടർന്ന കണ്ണുകളിലെ സന്തോഷം ഞാൻ വായിച്ചെടുക്കാറുണ്ട്.

ആർത്തിയോടെ അതിലെ തുടർക്കഥ വായിച്ചു തുടങ്ങും.

പരിസരം മറന്നുള്ള വായന.

ആ വായനാ സമയങ്ങളിൽ അവളുടെ ശരീര സൗന്ദര്യത്തെ ഞാൻ വിലയിരുത്തി.

അപ്പോഴൊക്കെ മനസ്സു പറഞ്ഞു അവൾ നിനക്കനുയോജ്യ തന്നെ.

ഒടുവിൽ ഞാനവളെ കണ്ടെത്തിയിരിക്കുന്നു.

എന്റെ ജീവിതസഖി...

ഓരോ തവണ കഥ വായിച്ചു തീരുമ്പോഴും വികാരങ്ങൾ ആ മുഖത്ത് മിന്നിമറിയും.

സന്തോഷം

ദുഃഖം

അതുമല്ലെങ്കിൽ നീണ്ട മൗനത്തോടു കൂടിയ ഇരിപ്പ്.

പക്ഷേ, ആ മുഖഭാവത്തിനു പിന്നിലെ അവളെ മാത്രം എനിക്കിതു വരെ വായിച്ചെടുക്കാനായില്ല.

ഏറെ പണിപ്പെട്ടിട്ടും ഞാൻ പരാജയപ്പെട്ടു.

'രാജീവനത് സംഭവിക്കാൻ പാടുണ്ടായിരുന്നോ. അയാളെ പോലെ നല്ലൊരു മനുഷ്യനെ ദൈവം പോലും കൈവിട്ടു കളഞ്ഞല്ലോ.'

'ഏതു രാജീവൻ, ഏതു സംഭവം'

തെല്ലൊരമ്പരപ്പോടെ പ്രതീക്ഷിക്കാതെ വന്ന ചോദ്യം കേട്ട് ഞാൻ സ്വരം താഴ്ത്തി പറഞ്ഞു.

എന്റെ അവസ്ഥ കണ്ട് അവൾക്ക് പ്രത്യേകിച്ചൊന്നും തോന്നിയില്ല.

അവൾ നിശ്ശബ്ദയായി.

ഈ പെണ്ണിനെ മനസ്സിലാക്കുന്നതിൽ ഞാൻ പരാജയപ്പെട്ടോ.

മനസ്സിലൊരു ചോദ്യചിഹ്നമായി അത് രൂപാന്തരപ്പെട്ടു.

അങ്ങിനെ സംഭവിക്കരുത് - മനസ്സ് താക്കീതു ചെയ്തു.

കിട്ടിയ പിടിവള്ളി ഒഴിവാക്കാനാവില്ല.

ഈ ബന്ധം നിലനിർത്തിയേ തീരൂ.

അവൾക്കിണങ്ങുംവിധം ഞാനെന്നെ രൂപപ്പെടുത്തേണ്ടിയിരിക്കുന്നു.

പതിവ് യാത്രയിൽ പലപ്പോഴും രാജീവനെന്ന കഥാപാത്രത്തെ എന്റെ മുന്നിലവതരിപ്പിക്കാൻ അവൾ തിടുക്കം കാട്ടി.

താല്പര്യമില്ലെന്ന് മനസ്സു പറയുമ്പോഴും മുഖത്ത് തെല്ലൊരാകാംക്ഷ പണിപ്പെട്ടു വരുത്തി.

ഞാനറിയാതെ അവൾക്കു മുന്നിൽ അനുസരണയുള്ള കുട്ടിയായി അഭിനയിച്ചു തുടങ്ങി.

അവളുടെ ചോദ്യങ്ങൾക്കെല്ലാം മറുപടി പറഞ്ഞു.

അതുമതി അവൾക്ക്.

അതിലവൾ ആശ്വാസം കണ്ടെത്തി.

മറിച്ചാണെങ്കിൽ മുഖം വിവർണ്ണമാകുന്നതും മൗനം പാലിക്കുന്നതും ഞാൻ ശ്രദ്ധിച്ചിട്ടുണ്ട്.

എന്നിട്ട് വെളിയിലെ ശൂന്യതയിലേക്ക് നോക്കിയിരിക്കും. ആവർത്തന വിരസതയുള്ള ഇത്തരം സന്ദർഭങ്ങൾക്ക് വിരാമമിട്ടുകൊണ്ട് ഞാനവൾക്ക് തുടരെ ഉത്തരം നല്കി. കഥയ്ക്കൊപ്പം വർഷം കടന്നു പോയതറിഞ്ഞില്ല.

ആയുസ്സിന്റെ പുസ്തകത്തിൽ ഒരു വർഷം കൂടി.

ഈ വായന ഒന്നു തീർന്നു കിട്ടിയിരുന്നെങ്കിൽ

മനസ്സ് പലപ്പോഴും ആഗ്രഹിച്ചു.

അവസാനിക്കാത്ത കഥയേയും കഥാകാരനേയും ശപിച്ചുകൊണ്ട് വീണ്ടും ദിനങ്ങൾ തള്ളിനീക്കി.

ഞങ്ങൾ അപരിചിതരല്ല

പരിചിതരായ അപരിചിതർ-

മനസ്സ് തിരുത്തി.

പണിക്കരുടെ മുഖം മനസ്സിൽ തിരനോട്ടം നടത്തുമ്പോഴൊക്കെ ജീവിതത്തോടുള്ള പ്രതീക്ഷയ്ക്ക് മങ്ങലേൽക്കുന്നതായി തോന്നി.

എന്താണ് സംഭവിക്കാൻ പോകുന്നത്

ഞാൻ പരാജയപ്പെടുകയാണോ

കഥയുടെ അന്ത്യം വരെ ക്ഷമിച്ചിരിക്കാൻ മനസ്സ് ശഠിച്ചു.

പക്ഷേ ഏതുവരെ

കാണാക്കയത്തിലകപ്പെട്ടവനെപ്പോലെയായി ഞാൻ

'രാജീവന് ആ തേവിടിശ്ശി പെണ്ണ് തീരെ യോജിച്ചവളല്ല. എന്തൊരു ഹുങ്കാണവൾക്ക്. അയാളുടെ സ്നേഹം പോലും തിരിച്ചറിയാനുള്ള കഴിവ് ആ അഹങ്കാരിക്കില്ല.'

ഓർമ്മയിലേക്ക് പെട്ടെന്ന് വഴുതിവീണ ഞാൻ എന്തുത്തരം നല്കണമെന്നറിയാതെ പകച്ചു.

അതെയെന്ന് തലയാട്ടി.

അത്തരമൊരു ചോദ്യം തിരിച്ചു ചോദിക്കാൻ മനസ്സ് വെമ്പി.

പാടില്ല. ഞാൻ സ്വയം കീഴടങ്ങി.

പക്ഷേ മനസ്സിലുള്ളത് തുറന്ന് പറഞ്ഞേ പറ്റൂ.

പ്രതീക്ഷയില്ലാത്ത ജീവിതം അവിരാമമായി തുടർന്നു പോകുന്നതിലെ മനഃക്ലേശം. അത് സഹിക്കാൻ വയ്യ.

സന്ദർഭത്തിനായി കാത്തിരുന്നു.

മനസ്സിലുള്ളത് തുറന്ന് പറയുക. ജീവിതത്തിലാദ്യമായി ഒരു പെണ്ണിനോട് മനസ്സു തുറക്കുകയാണ്.

അമ്മയുടെ ആവലാതിയും പണിക്കരുടെ പരിഹാസവും മനസ്സിൽ പിടിവലി മുറുക്കി. ആര് തോല്ക്കും ആര് ജയിക്കും. രണ്ടായാലും സാരമില്ല.

ജീവിതമാണ് പ്രശ്നം.

ചെറിയൊരു സീൽക്കാരത്തോടെ വണ്ടി സ്റ്റേഷനിൽ വന്നു നിന്നു. തിരക്കു കുറവാണ്. അവളും തൊട്ടുരുമ്മിയിരുന്നു. തിടുക്കപ്പെട്ടവൾ ആഴ്ചപ്പതിപ്പ് തിരയുകയാണ്.

വായനയുടെ ലോകത്തേക്ക്

അതിനു മുമ്പെ-

എങ്ങു നിന്നോ ആവേശിച്ച തന്റേടത്തിന്റെ ബലത്തിൽ ഞാനവളുടെ കൈ ബലമായി പിടിച്ചു. ഒരു നിമിഷം ഞങ്ങൾ പരസ്പരം നോക്കിയിരുന്നു.

എന്തു പറയണമെന്നറിയാതെ മനസ്സ് പതറി.

ശരീരം വിയർക്കാൻ തുടങ്ങി.

'നിനക്കെന്നെ ഇഷ്ടമാണോ'

പാതി മുറിഞ്ഞ വാക്കുകൾ ഒരുവിധം പറഞ്ഞൊപ്പിച്ചു.

അവൾ എന്റെ മുഖത്ത് നിന്ന് തെന്നിമാറി ജനാലയിലൂടെ പിന്നാക്കം പായുന്ന പ്രകൃതിയിലേക്ക് കണ്ണുറപ്പിച്ചു.

നിമിഷങ്ങൾ കടന്നുപോയി.

മറുപടി പ്രതീക്ഷിച്ചുകൊണ്ട് ഞാനിരുന്നു.

'രാജീവനെപ്പോലെ'

അവൾ നിർത്തി. വീണ്ടും തുടർന്നു.

'അതുപോലൊരാളെയാണ് എനിക്കിഷ്ടം'

ദൃഷ്ടി മാറ്റാതെ അവൾ പറഞ്ഞു നിർത്തി.

കൈ അയഞ്ഞു

അവൾ സ്വതന്ത്രയായി.

ബാഗിൽ നിന്ന് ആഴ്ചപ്പതിപ്പെടുത്ത് അവൾ വായന തുടങ്ങി.

വണ്ടി തൊട്ടടുത്ത പാളത്തിലേക്ക് കയറി. മുന്നിൽ സമാന്തരമായ പാളങ്ങൾ നീണ്ടു കിടക്കുന്നു. അവ ഒരിക്കലും സന്ധിക്കില്ലെന്ന യാഥാർത്ഥ്യം എന്നെ ദുഃഖിതനാക്കി.

'പൂരാടം നക്ഷത്രക്കാർക്ക് ശനിപ്പകർച്ചയുടെ ദോഷം അനുഭവിക്കേണ്ടി വരും. നീചസ്ത്രീകളുമായി സഹകരിക്കും.'

ആ ഇരുമ്പു ശകടത്തിന്റെ ഒച്ചയെ ഭേദിച്ചു കൊണ്ട് പണിക്കരുടെ ശബ്ദം അന്തരീക്ഷത്തിൽ മാറ്റൊലി കൊണ്ടു.

ഈ യാത്ര ഇനി ആർക്കു വേണ്ടി-

മനസ്സിന്റെ ചോദ്യത്തിന് എന്റെ കൈയ്യിൽ ഉത്തരമില്ലായിരുന്നു.

❁

സാബ് മെം ഇമാൻദാർ ഹും

അവധി ദിവസത്തിലെ ഉറക്കം നഷ്ടപ്പെട്ടതിൽ തെല്ല് നീരസത്തോടെ ഞാൻ ശബ്ദം കേട്ടിടത്തേക്ക് നോക്കി. ഗേറ്റ് തുറന്നു വരുന്ന അപരിചിതന്റെ രൂപം വിന്റോ ഗ്ലാസ്സിൽ തെളിഞ്ഞു.

തെല്ലൊരു കൗതുകത്തോടെ നോക്കിനിൽക്കെ ഫുൾ യൂണിഫോമണിഞ്ഞ ഗൂർഖ ചിരപരിചിതനെപ്പോലെ വീടിനടുത്തേക്ക് നടന്നടുക്കുകയാണ്. ഒരു ഗൂർഖയുടെ വരവ് നാട്ടിൻപുറത്തുകാരായ ഞങ്ങൾക്ക് പുതുമയുള്ള കാഴ്ചയാണ്. ഗൂർഖയെ പല തവണ കണ്ടിട്ടുണ്ടെങ്കിലും നേരിട്ടൊരു ഇടപെടലിനുള്ള അവസരം ഇതുവരെ ഉണ്ടായിട്ടില്ല. ആ നിമിഷത്തേയും പ്രതീക്ഷിച്ചുകൊണ്ട് ഞാൻ കിടന്നു.

എന്തിനായിരിക്കും അയാൾ വന്നത്.

അങ്ങകലെ അതിർത്തിയിൽ നിന്ന് മൈലുകൾ താണ്ടി അയാൾ ഈ കുഗ്രാമത്തിലെത്തിയതിന്റെ പൊരുൾ എനിക്കു മനസ്സിലായില്ല.

ഒരു ഗൂർഖയെ കാവൽക്കാരനായി നിറുത്താൻ മാത്രം സമ്പന്നവുമല്ല ഈ ഗ്രാമം.

അയാളെക്കുറിച്ചുള്ള ചിന്തകൾ ഒന്നൊന്നായി മനസ്സിലൂടെ കയറിയിറങ്ങി.

ശ്രീലേഖ ഇതൊന്നും അറിഞ്ഞിരിക്കില്ല.

അടുക്കളയിൽ പാത്രത്തിന്റെ തലോടൽ

വൈകി ഉണർന്നതിലുള്ള അരിശം അവൾ പാത്രത്തോട് തീർക്കുകയാണ്.

അവൾ മറ്റൊരു ലോകത്താണ്

വിളിക്കേണ്ടെന്നു കരുതി.

ചിന്തയ്ക്കു വിരാമമിട്ടുകൊണ്ട് കോളിങ്ങ്ബെൽ ശബ്ദിച്ചു.

ഞാൻ കിടക്കയിൽ എഴുന്നേറ്റിരുന്നു.

എന്തു ചെയ്യണമെന്നറിയാതെ മനസ്സ് പതറി.

അയാളെ എങ്ങിനെ അഭിമുഖീകരിക്കും.

ഇത്തരമൊരു സന്ദർഭം ജീവിതത്തിലാദ്യമാണ്.

വാതിൽ തുറക്കണോ വേണ്ടയോ

തുറക്കാതിരുന്നാൽ അയാൾ പോയ്ക്കൊള്ളും.

പക്ഷേ, അയാളെ പരിചയപ്പെടാനുള്ള അവസരം...

ഒരു ഗൂർഖയെ പരിചയപ്പെടാനുള്ള ആകാംക്ഷ ഇതിനകം എന്നെ കീഴ്പ്പെടുത്തിക്കളഞ്ഞിരുന്നു.

വാതിൽ തുറക്കാൻ തന്നെ തീരുമാനിച്ചു.

· ശ്രീലേഖ ഇതൊന്നും അറിയേണ്ട.

അപരിചിതർ വീട്ടിൽ വരുന്നത് അവൾക്കിഷ്ടമല്ല.

അവരോട് കുശലം പറയാൻ നേരമില്ലെന്നതു തന്നെ കാരണം.

വീട്ടിൽ ആളില്ലെന്ന നാട്യത്തിൽ അവളതു സാധിച്ചെടുക്കുന്നു.

അത്തരമൊരാളല്ലല്ലോ മുന്നിൽ

ഡോറിന്റെ ടവർ ബോൾട്ട് മാറ്റി ഞാൻ പുറത്തിറങ്ങി.

ശബ്ദം കേട്ടതും അയാൾ അറ്റൻഷനായി സല്യൂട്ട് ചെയ്തു നിലയുറപ്പിച്ചു.

ഞാൻ കൺകുളിർക്കെ ആ കാഴ്ച കണ്ടു.

ജീവിതത്തിലാദ്യമായി ഒരാൾ എന്നെ നോക്കി സല്യൂട്ട് ചെയ്യുകയാണ്.

ഞാൻ അഭിമാനം കൊണ്ട് പുളകമണിഞ്ഞ നിമിഷങ്ങൾ.

ഒരു സർക്കാർ ഗുമസ്ഥനായ എനിക്ക് ഇതിൽപരം ബഹുമാനം എവിടെന്നു കിട്ടാനാണ്.

മന്ത്രിമാർക്കും ഉന്നത ഉദ്യോഗസ്ഥർക്കും പോലീസും പട്ടാളവും അകമ്പടി സേവിക്കുന്നതും സല്യൂട്ട് നൽകുന്നതും നിത്യ കാഴ്ചയാണ്.

അത്തരമൊരു പദവിയിലെത്താത്തതിൽ ഞാൻ എന്നെ തന്നെ കുറ്റപ്പെടുത്തിയിട്ടുണ്ട്.

ഇന്നിപ്പോൾ അതും സഫലമായിരിക്കുന്നു.

ദൈവത്തിനു നന്ദി പറഞ്ഞുകൊണ്ട് ഞാൻ അയാളെ തന്നെ നോക്കി നിന്നു.

ഒരേ നില്പാണ്.

ഇസ്ത്രിയിട്ട് ഭംഗി വരുത്തിയ യൂണിഫോം. അതിൽ അവിടവിടെ തുന്നിച്ചേർത്ത ബ്രാസിന്റെ തിളങ്ങുന്ന ബട്ടണുകൾ. പോളിഷ് ചെയ്ത് മിനുസപ്പെടുത്തിയ ക്രോസ് ബെൽറ്റ്. അരയിലെ ബൽറ്റിൽ ഞാന്നു കിടക്കുന്ന കൃപാൺ. തലയിൽ ചരിച്ചു വെച്ച തൊപ്പി.

[illegible]

ഇയാൾ മറ്റു ഗൂർഖകളിൽ നിന്നു വ്യത്യസ്തൻ തന്നെ.

ഞാൻ മനസ്സിൽ പറഞ്ഞു.

അയാളുടെ നില്പ് കണ്ടിട്ട് എന്തു പറയണമെന്നറിയാതെ ഞാൻ ശങ്കിച്ചു നിന്നു.

കമലാക്ഷി ടീച്ചറുടെ ഹിന്ദി ക്ലാസ് ഓർമ്മയിലെത്തി. പിൻ ബഞ്ചിലെ ബഹളത്തിലൊടുങ്ങുന്ന ക്ലാസ്.

പരീക്ഷയിൽ കഷ്ടിച്ചു രക്ഷപ്പെട്ടുവെന്നു മാത്രം.

രാഷ്ട്രഭാഷയുടെ ലോകവും അതോടെ അവസാനിച്ചു.

പഴയ കാല ഓർമ്മകൾക്ക് തിരശ്ശീല വീഴ്ത്തിക്കൊണ്ട് ശ്രീലേഖയുടെ പതിഞ്ഞ ചിരി വെളിയിലേക്ക് കടന്നുവന്നു.

ചുറ്റും നോക്കി.

അവൾ ജനാലയ്ക്കരികിലുണ്ട്.

ഞങ്ങളുടെ അവസ്ഥ കണ്ടിട്ടായിരിക്കണം അവൾ അമർത്തി ചിരിക്കാൻ തുടങ്ങി.

അവൾക്കത് അടക്കാനായില്ല. വാപൊത്തി അവൾ അകത്തേക്കു മറഞ്ഞു.

ഇതു തന്നെ സമയം.

അവൾ ജനാലയ്ക്കരികിലില്ലെന്ന് ഉറപ്പു വരുത്തി.

എന്റെ ഹിന്ദി പരിജ്ഞാനം അവളറിയരുത്.

ചുറ്റും കണ്ണോടിച്ച ശേഷം ഗൂർഖയോട് കൈ താഴ്ത്താൻ ആവശ്യപ്പെട്ടു.

കൈ പെട്ടെന്നു താഴ്ന്നു ശരീരത്തോട് ഒട്ടിച്ചേർന്നു.

ഒന്നാമത്തെ കടമ്പ കടന്നിരിക്കുന്നു.

ശ്വാസം നേരെ വീണു.

ഇനിയെന്ത്.

അടുത്ത ചോദ്യം.

അതെന്നെ വീണ്ടും വീർപ്പുമുട്ടിക്കാൻ തുടങ്ങി.

ശ്രീലേഖ അടുത്തെങ്ങുമില്ലാത്ത സമയം അതും സാധിച്ചെടുക്കണം.

ഇയാൾക്ക് മലയാളം വശമുണ്ടായിരിക്കുമോ.

സാദ്ധ്യതയില്ല.

ഒന്നു പരീക്ഷിക്കാൻ തന്നെ തീരുമാനിച്ചു.

'മലയാളം?'

'തോടീ മാലും'

എന്റെ പരിഭ്രമം കണ്ടിട്ടാവണം വെറ്റിലക്കറ പുരണ്ട പല്ല് വെളിക്ക് കാട്ടി അയാൾ ചിരിച്ചു.

'രാഷ്ട്ര'

കമലാക്ഷി ടീച്ചർ ക്ലാസിൽ ഇംപൊസിഷനെഴുതിച്ച വാക്ക്.

'നേപ്പാൾ'

കൈയ്യിലുള്ള പരിമിതമായ ഹിന്ദി വാക്കുകൾ കൊണ്ട് ഒടുവിൽ കാര്യം സാധിച്ചു.

നേപ്പാളിലെ ദിബൈൽ ഗ്രാമക്കാരനായ സുന്ദർസിങ്ങ് മുന്നിൽ നിൽക്കുന്നു.

'മനുഷ്യനെ നിന്നു കളിപ്പിക്കാതെ വല്ലതും കൊടുത്ത് വിട്ടേക്ക്.'

അകത്തു നിന്നു തെല്ല് ഈർഷ്യയോടെ ശ്രീലേഖ പറഞ്ഞു.

അപ്പോൾ അതാണ് കാര്യം.

ഇടവഴിയിൽ രാവിലെ പാല് വാങ്ങാൻ വരാറുള്ള തെക്കേടത്ത് യശോദേടത്തിയുടെ മുന്നറിയിപ്പ്.

നാട്ടിൽ പെരും കള്ളന്മാർ ഇറങ്ങിയിട്ടുണ്ടത്രെ. പാതിരായ്ക്ക് വീട്ടുവരാന്തയിലും തൊടിയിലും കാല്പെരുമാറ്റം കേട്ടെന്ന് ജനസംസാരം. പട്ടി കുരച്ചു ബഹളം വെച്ചതും ആരെല്ലാമോ ഇരുട്ടത്ത് ഓടിയതും കേട്ടുകേൾവി. യശോദേടത്തിയുടെ പതിവ് നാട്ടുവർത്തമാനത്തിൽ കവിഞ്ഞൊരു പ്രാധാന്യവും അതിന് നല്കിയിരുന്നില്ല.

പരദൂഷണക്കാരിയും ഏഷണിക്കാരിയുമാണ് യശോദേടത്തിയെന്ന് നാട്ടിൽ പരസ്യമായ രഹസ്യം. എന്തും പെരുപ്പിച്ചു പറയും.

ഇല്ലാത്ത കഥകൾ മെനഞ്ഞുണ്ടാക്കി ശത്രുസംഹാരം നടത്തും.

എത്രയോ കുടുംബ ബന്ധങ്ങൾ യശോദേടത്തിയുടെ നാക്കിന് മുന്നിൽ തകർന്നു വീണിട്ടുണ്ട്.

യശോദേടത്തിയെ ഭയന്ന് വഴിമാറി നടക്കുന്ന കല്ല്യാണപ്രായമായ പെൺകുട്ടികൾ ഒട്ടനവധി.

അത്തരക്കാരിയായ യശോദേടത്തി നാട്ടിലെ ക്രമസമാധാന കാര്യങ്ങളിൽ ഇടപെട്ടിരിക്കുന്നു.

ഇക്കാര്യത്തിൽ അവരെ അഭിനന്ദിച്ചേ പറ്റൂ.

യശോദേടത്തിക്ക് അഭിനന്ദനങ്ങൾ അർപ്പിച്ചുകൊണ്ട് ഞാൻ സുന്ദർസിങ്ങിന് അമ്പതു രൂപയുടെ ഒറ്റ നോട്ട് വച്ചു നീട്ടി.

പകരം പോക്കറ്റിൽ നിന്നെടുത്ത പ്ലാസ്റ്റിക്ക് വിസിൽ അയാൾ എനിക്കു നേരെ നീട്ടി.

പൊരുളറിയാതെ ഞാൻ പകച്ചു നിന്നു.

'വാങ്ങിക്കോ. ആവശ്യമുള്ളപ്പോൾ ഉപയോഗിക്കാം.'

ജനാലയ്ക്കരികിൽ നിന്ന് ശ്രീലേഖ ശബ്ദം താഴ്ത്തി പറഞ്ഞു.

ഞാൻ മനസ്സില്ലാ മനസ്സോടെ അതുവാങ്ങി.

തിരിച്ചും മറിച്ചും നോക്കി. വെറുമൊരു പ്ലാസ്റ്റിക്ക് വിസിൽ.

ചോദ്യ രൂപത്തിൽ ശ്രീലേഖയെ നോക്കി.

'സാബ് മെം ഇമാൻദാർ ഹും'

സുന്ദർസിങ്ങ് ഇടയ്ക്കു കയറി പറഞ്ഞു.

എനിക്കൊന്നും മനസ്സിലായില്ല.

ആംഗ്യം കൊണ്ട് പോയ്ക്കൊള്ളാൻ പറഞ്ഞു.

'വിസിലടിച്ചാൽ ഗൂർഖ മുന്നിലെത്തും.'

ശ്രീലേഖ വിശദീകരിച്ചു. ഞാൻ തൃപ്തനായി.

ചെറുപ്പത്തിൽ ബസ് കണ്ടക്ടറായി കളിച്ചിട്ടുണ്ട്. വിസിൽ ചുണ്ടോടടുപ്പിച്ചതും ശബ്ദിച്ചതും ഒപ്പം കഴിഞ്ഞു.

ഗൂർഖ ഗെയിറ്റിനു മുന്നിൽ അറ്റൻഷനായി നിന്നു സല്യൂട്ട് ചെയ്തു.

കുറ്റബോധം തോന്നിയ ഞാൻ ചുറ്റും കണ്ണോടിച്ചു.

ആംഗ്യം കൊണ്ട് പെട്ടെന്ന് പോയ്ക്കൊള്ളാൻ പറഞ്ഞു.

ശ്രീലേഖയുടെ ചിരി ജനാല വഴി പുറത്തേക്ക് ഒഴുകിയെത്തി.

എന്റെ തുറിച്ചു നോട്ടം തൽക്കാലം രക്ഷപ്പെടുത്തി.

സുന്ദർസിങ്ങ് പറഞ്ഞതിന്റെ അർത്ഥം.

അതെനിക്ക് മനസ്സിലായില്ല.

'ഇമാൻദാർ'

ആ വാക്ക് എവിടെയോ കേട്ടിട്ടുണ്ട്.

ശ്രീലേഖയോട് ചോദിച്ചാലോ.

ആലോചിച്ചു നിൽക്കെ കുട്ടൻ മുന്നിലെത്തി.

എന്റെ ചോദ്യം കേട്ട് അവൻ ഒരു നിമിഷം അന്ധാളിച്ചു നിന്നു.

പിന്നെ അടുക്കളയിലേക്ക് ഓടി.

'വിശ്വസ്ഥൻ' എന്ന് ഉറക്കെ പാടിക്കൊണ്ട് അവൻ എങ്ങോ ഓടിമറഞ്ഞു.

സുന്ദർസിങ്ങ് വിശ്വസ്ഥനാണെന്ന് സ്വയം സാക്ഷ്യപ്പെടുത്തിയിരിക്കുന്നു.

സുന്ദർസിങ്ങിന്റെ വരവ് ഞങ്ങൾ ഗ്രാമവാസികൾക്ക് സുരക്ഷിതത്വം നൽകി.

അതിന്റെ ആലസ്യത്തിൽ ഗ്രാമ ജീവിതം മുന്നോട്ടു നീങ്ങി.

എല്ലാ മാസവും പത്താം തീയ്യതി സുന്ദർസിങ്ങിന്റെ ദിനമാണ്.

ഫുൾ യൂണിഫോമണിഞ്ഞെത്തുന്ന അയാളുടെ സല്യൂട്ട് സ്വീകരിച്ച് ഞങ്ങൾ തൃപ്തരായി.

അയാളുടെ ജീവിതമോ കുടുംബബന്ധമോ താമസസ്ഥലമോ ഞങ്ങൾ അന്വേഷിച്ചില്ല. ഞങ്ങൾക്കതിന്റെ ആവശ്യമില്ലായിരുന്നു.

പകലയാളെ കണ്ടവരില്ല.

അന്തിയുറങ്ങുമ്പോഴാണല്ലോ ഗൂർഖയുടെ ജോലി.

സ്വതവെ വൈകി ഉണരുന്ന ഞാൻ പത്താം തീയ്യതി നേരത്തെ ഉണരും. പ്രഭാത കർമ്മങ്ങൾക്കു ശേഷം വരാന്തയിലിറങ്ങും.

സുന്ദർസിങ്ങിനെയും പ്രതീക്ഷിച്ചുള്ള നില്പാണ്.

ശ്രീലേഖയ്ക്ക് സംഗതി മനസ്സിലായിക്കാണണം.

പത്താം തീയ്യതി ഓർമ്മിപ്പിച്ച് അവളെന്നെ കളിയാക്കിത്തുടങ്ങി.

ഫുൾ യൂണിഫോമണിഞ്ഞ സുന്ദർസിങ്ങിനെ കാണുക എനിക്കൊരു ഹരമായി തീർന്നു.

അയാളുടെ സല്യൂട്ടിനു വേണ്ടി ഞാൻ കാത്തിരുന്നു.

ഞാനയാൾക്ക് പതിവിൽ കവിഞ്ഞ പ്രാധാന്യം നല്കുന്നുണ്ടെന്ന് സുന്ദർസിങ്ങിനും ബോധ്യമായി.

ഞങ്ങൾ തമ്മിൽ ആത്മമിത്രങ്ങളാവാൻ അധികനാൾ വേണ്ടി വന്നില്ല.

ഭാഷയുടെ അതിർവരമ്പുകൾ വെയിലേറ്റ മൂടൽ മഞ്ഞുപോലെ ഞങ്ങൾക്കിടയിൽ നേർത്ത് നേർത്ത് ഇല്ലാതായി.

ശ്രീലേഖയ്ക്കു മാത്രം അതുൾക്കൊള്ളാനായില്ല.

'അന്യ നാട്ടുകാരനാണ്. പരിധിയിൽ കവിഞ്ഞ് വിശ്വസിക്കരുത്.'

ശ്രീലേഖ താക്കീതു ചെയ്തു.

വല്ലപ്പോഴും കടം വാങ്ങുന്നതൊഴിച്ചാൽ മറ്റൊരു ദുഃശ്ശീലവും സുന്ദർസിങ്ങിനില്ല. പതിവ് തെറ്റിക്കാതെ തിരിച്ചേല്പിക്കുന്നതു കൊണ്ട് അതും ഒരു ദുഃശ്ശീലമാണെന്ന് പറയാൻ വയ്യ.

ആയിരം രൂപയിൽ ഒതുങ്ങുന്ന ഡിമാന്റ്.

ഞാനതിനെ നിസ്സാരമായി കണ്ടെങ്കിലും ശ്രീലേഖയ്ക്കത് ഇഷ്ടപ്പെട്ടില്ല.

എന്നെ ധിക്കരിക്കേണ്ടെന്ന് കരുതിയാവാം. അവൾ മൗനം പാലിച്ചു.

പലതും ആലോചിച്ചിരിക്കെ ഗെയിറ്റ് തുറന്ന് അയാൾ മുന്നിലെത്തി.

സല്യൂട്ട് ചെയ്ത് തലകുനിച്ചു നിന്നു.

കടം ചോദിക്കാനുള്ള സിഗ്നലാണ്.

ഞാൻ അകത്തേക്ക് കയറാനിരിക്കെ അയാൾ പറഞ്ഞത് വ്യക്തമായില്ല. 'അയാൾക്ക് പത്തായിരം വേണമത്രെ.'

ജനാലയ്ക്കരികിൽ നിന്ന് ശ്രീലേഖ വിളിച്ചു പറഞ്ഞു.

നിഷേധ ഭാവത്തിൽ അവൾ തലയാട്ടി.

എന്തു ചെയ്യണമെന്നറിയാതെ ഞാൻ ശ്രീലേഖയേയും സുന്ദർസിങ്ങിനെയും മാറി മാറി നോക്കി.

'സാബ് മെം ഇമാൻദാർ ഹും'

സുന്ദർസിങ്ങ് വീണ്ടും സാക്ഷ്യപ്പെടുത്തി.

സുന്ദർസിങ്ങ് വിശ്വസ്ഥനാണ്. അയാൾ ഇതുവരെ പതിവ് തെറ്റിച്ചിട്ടില്ല. മനസ്സ് സുന്ദർസിങ്ങിനെ അനുകൂലിച്ചു.

ശ്രീലേഖ പതിവുപോലെ അയാളിൽ സംശയം പ്രകടിപ്പിച്ചു.

ഞാനതൊന്നും കാര്യമാക്കിയില്ല.

ആയിടെ നാട്ടിലെ ക്രമസമാധാന പാലനത്തിൽ തല്പരയായ യശോദേടത്തി സുന്ദർസിങ്ങിന്റെ വരവിൽ തൃപ്തയല്ലെന്ന് ജനസംസാരം.

മോഷണം മുറയ്ക്കു നടക്കുന്നുണ്ടത്രെ.

ഗൂർഖയെ കൊണ്ട് ഒരുപകാരവുമില്ലെന്ന് അവർ നാടു നീളെ പറഞ്ഞു നടന്നു.

മനുഷ്യനെ കുറ്റം പറയുന്നതിലും ഒരതിരു വേണ്ടേ.

ആ പാവം അതൊന്നും അറിഞ്ഞിരിക്കില്ല.

മനസ്സ് സുന്ദർസിങ്ങിന്നനുകൂലമായി വിധിയെഴുതി.

എങ്കിലും ശ്രദ്ധ വേണം.

മോഷ്ടാക്കളുടെ കണ്ണ് എവിടെയാണെന്നറിയില്ലല്ലോ. കരുതിയിരിക്കാൻ തന്നെ തീരുമാനിച്ചു.

രാത്രിയിൽ ഒരു നേരിയ ശബ്ദം കേട്ടാൽ ഞെട്ടിയുണരുക പതിവായി തീർന്നു. ഉറക്കമില്ലാത്ത രാത്രികൾ. അടുക്കളയുടെ ഭാഗത്ത് കാൽ പെരുമാറ്റം കേട്ടതു പോലെ തോന്നി. നിമിഷങ്ങൾ കടന്നു പോയി. ആളനക്കമില്ല. കനത്ത നിശ്ശബ്ദതയിൽ ക്ലോക്കിന്റെ ശബ്ദം മാത്രം നിലക്കാതെ തുടർന്നു. വെറും തോന്നലായിരിക്കും. ഇരുട്ടിൽ ചുറ്റും നോക്കി. ശ്രീലേഖയും കുട്ടനും നല്ല ഉറക്കത്തിലാണ്. ചെവി വട്ടം പിടിച്ചിരുന്നു.

സുന്ദർസിങ്ങും അയാളുടെ വിസിലും ഓർമ്മ വന്നു. മേശ വലിപ്പിലുള്ള വിസിലെടുത്തു പുറത്തു വച്ചു. നിശ്ശബ്ദതയെ ഭേദിച്ച് അടുക്കളയിൽ പാത്രം നിലത്ത് വീണു. ശ്രീലേഖയും കുട്ടനും ഞെട്ടിയുണർന്നു. ശബ്ദിക്കരുതെന്ന് ഞാൻ പതുക്കെ പറഞ്ഞു. അവർ രണ്ടുപേരും പേടിച്ചിരുന്നു. വിസിലടിച്ച് സുന്ദർസിങ്ങിനെ വരുത്തിയാലോ. പാടില്ല. വിസിലടി കേട്ട് കള്ളൻ രക്ഷപ്പെട്ടു കളയും. ബെഡ്ഷീറ്റ് കൈയ്യിൽ കരുതി ഇരുട്ടിലേക്കു നടന്നു.

ചുമരിനപ്പുറം ഒരാൾ മറഞ്ഞിരിക്കുന്നു. ബെഡ്ഷീറ്റ് നിവർത്തി അയാളെ പൊതിഞ്ഞതും ബലമായി കെട്ടിപ്പിടിച്ചതും നിമിഷംകൊണ്ട് കഴിഞ്ഞു.

ബലം പ്രയോഗിച്ചെങ്കിലും കുതറി മാറാൻ അയാൾക്കു കഴിഞ്ഞില്ല.

കുട്ടനോട് വിസിലടിക്കാൻ പറഞ്ഞു. ശബ്ദം കേട്ടതും പുതപ്പിനുള്ളിലുള്ള ആൾക്ക് അനക്കമില്ലാതായി. മുറിയിലെ തെളിഞ്ഞ പ്രകാശത്തിൽ ഞാൻ ബെഡ്ഷീറ്റ് മാറ്റി.

പതിവ് യൂണിഫോമില്ലാതെ ട്രൗസറുടുത്ത സുന്ദർസിങ്ങ് സല്യൂട്ട് ചെയ്തുകൊണ്ട് മുന്നിൽ.

അമ്പട പെരുങ്കള്ളാ.

ഞാനറിയാതെ പറഞ്ഞുപോയി.

'സാബ് മെം ഇമാൻദാർ ഹും'

താൻ വിശ്വസ്ഥനാണെന്ന് സുന്ദർസിങ്ങ് വീണ്ടും സാക്ഷ്യപ്പെടുത്തി.

'കൽ സിതംബർ ദസ് ഹൈ'

നാളെ ഡിസംബർ 10.

അയാളെന്നെ ഓർമ്മിപ്പിച്ചു.

അതെ എന്റെ പത്തായിരം രൂപ തിരിച്ചു തരേണ്ട ദിവസം.

വാക്കു പാലിക്കാൻ വേണ്ടി പാവം മോഷണത്തിന്നിറങ്ങിയതായിരിക്കും.

മനസ്സ് വീണ്ടും സുന്ദർസിങ്ങിനെ അനുകൂലിച്ചു.

അയാൾ വിശ്വസ്ഥനോ അതോ മോഷ്ടാവോ.

ഒരു തീരുമാനത്തിലെത്താൻ കഴിയാതെ സ്തംഭിച്ചിരിക്കെ ശ്രീലേഖയുടെ പൊട്ടിച്ചിരി മുറിയിലെ വെളിച്ചത്തിൽ പരന്നൊഴുകി. മുന്നിൽ കറുത്ത നിക്കറിട്ട നേപ്പാളിലെ ദിബൈൽ ഗ്രാമക്കാരനായ സുന്ദർസിങ്ങ് എന്ന ഗൂർഖ.

വെയിസ്റ്റ്

'ഇവനാണ് വയസ്സുകാലത്ത് നിങ്ങൾക്കൊരു തുണ' -

സുഭദ്ര പറഞ്ഞു നിർത്തി.

തുടർന്നു എന്തൊക്കെയോ പറയാനുണ്ടെന്ന് ആ മുഖം വിളിച്ചു പറഞ്ഞു.

ജലാർദ്രമായ കണ്ണുകൾ എന്നിൽ നിന്ന് മറച്ചു വെക്കാനെന്ന വണ്ണം അവൾ വിദൂരതയിലേക്ക് നോക്കി.

മകന്റെ മുടിയിഴകളിൽ അവളുടെ ദുർബ്ബലമായ വിരലുകൾ പരതി നടന്നു. ഞാൻ അവളെ തന്നെ നോക്കിയിരുന്നു.

എന്തായിരിക്കും അവൾക്ക് പറയാനുള്ളത്. നിമിഷങ്ങൾക്ക് കനം വെച്ചു.

തികഞ്ഞ നിശ്ശബ്ദത.

'അച്ഛാ - അമ്മ കരയുന്നു'

ചുമലിൽ ഇറ്റിവീണ കണ്ണുനീർ തുള്ളികൾ അവനെ തൊട്ടുണർത്തി. അമ്മയുടെ സാരിയിൽ കെട്ടിപ്പിടിച്ച് അവനും ഉറക്കെ കരയാൻ തുടങ്ങി. പിന്നെ അവിടെ നടന്നതെല്ലാം നിറം മങ്ങാത്ത ചിത്രം പോലെ ഇന്നും ഓർക്കാൻ കഴിയുന്നു. അവൾക്കതു സഹിക്കാവുന്നതിലും ഏറെയായിരുന്നു. മരണത്തിന്റെ കാൽ പെരുമാറ്റം തിരിച്ചറിഞ്ഞ നിമിഷം. എപ്പോഴും അതു സംഭവിക്കാം.

അവനെ എന്റെ കൈയ്യിലും എന്നെ അവന്റെ കൈയ്യിലും ഏല്പിച്ച് വിട പറയാൻ അവൾ ഒരുങ്ങി.

എന്നന്നെക്കുമായി യാത്ര ചോദിക്കാൻ-

അതാണ് അവളുടെ ഉത്കണ്ഠ.

കരയരുതെന്ന് വിലക്കിയില്ല. കരയട്ടെ. മനസ്സിലുള്ളതു മുഴുവൻ കരഞ്ഞു തീർക്കട്ടെ.

അവളെ കരയാനനുവദിച്ചു കൊണ്ട് ഞാനൊരു പ്രതിമ കണക്കെ നിന്നു.

ഇന്നല്ലെങ്കിൽ നാളെ -

ഞാൻ മനസ്സിനെ ബലപ്പെടുത്താൻ ശ്രമിച്ചു.

തലയിണ നനഞ്ഞു കുതിർന്നു. വർഷങ്ങൾ കടന്നു പോയെങ്കിലും അവളെക്കുറിച്ചോർക്കുന്തോറും കണ്ണുകൾ ഈറനണിയുന്നു. ഉറക്കെ കരയണമെന്നുണ്ട്. ശബ്ദം പുറത്തു വരുന്നില്ല.

തൊണ്ടയിൽ കുരുങ്ങിക്കിടന്ന ശബ്ദം വല്ലാത്തൊരു വിമ്മിട്ടമുണ്ടാക്കിക്കൊണ്ട് ഒതുങ്ങി.

ഞാൻ അശക്തനാണ്

കരയാനുള്ള ശക്തിപോലും എന്നിൽ നിന്നു ചോർന്നു പോയിരിക്കുന്നു. കാലം മനുഷ്യനെ ദുർബലനാക്കുന്നു. ആ കാലം തന്നെ സുഭദ്രയെ ഒരുനാൾ കൈപിടിച്ചു കൊണ്ടുപോയി.

മക്കൾ കുടുംബമായി പിരിഞ്ഞതോടെ ഏകാന്തത കൂട്ടിനെത്തി. ചുമരിലെ സുഭദ്രയുടെ ചിത്രവും പെയിന്റടർന്നു തുരുമ്പിച്ച ഫാനും വാർദ്ധക്യം ദുർബ്ബലമാക്കിയ ഞാനും ഈ മുറിയിൽ അവശേഷിച്ചു.

പഴയ ചുമരിൽ മഴവെള്ളം തീർത്ത ചാലുകൾക്കിടയിൽ അതങ്ങിനെ കിടന്നു. കാലപ്പഴക്കം കൊണ്ട് നിറം മങ്ങിയ ചിത്രം. അവളുടെ മുഖം തിരിച്ചറിയാൻ പറ്റാത്ത വിധം വികൃതമായിരിക്കുന്നു.

അതവിടെ നിന്ന് എടുത്തു കളയാമെന്ന് മകൻ പലതവണ പറഞ്ഞതാണ്. ഞാൻ അനുവദിച്ചില്ല.

ആ ചിത്രം അവളുടെ സാന്നിദ്ധ്യമാണ്. അവൾ ഈ പരിസരത്തു തന്നെയുണ്ട്. എന്റെയരികിൽ എന്നോടൊപ്പം.

ഓർമ്മകൾ കോർത്തിണക്കവെ പാതി ചാരിയ വാതിൽ പതുക്കെ മലർന്നു. വെളിച്ചം അനുവാദമില്ലാതെ മുറിയിലേക്ക് കടന്നു. ഇളം കാറ്റിൽ വാതിൽ പാളികൾ അകന്നു പോയതായിരിക്കാം. സാക്ഷ ഇട്ടിരുന്നില്ല.

ആരുടെയോ കാൽപെരുമാറ്റം അടുത്തു വന്നു. മകനാണ്. അലോസരപ്പെടുത്തേണ്ടെന്നു കരുതിയാവാം മുറിയിൽ കയറിയില്ല. പടിക്കൽ നിന്ന് മുറിയാകെ നോക്കി. വിശേഷിച്ചൊന്നും പറയാതെ വാതിൽ ചാരിയിട്ട് കടന്നുപോയി.

അവന്റെ മകൾക്ക് കല്യാണാലോചന വന്നിരിക്കുന്നു.

കാലം എത്ര വേഗമാണ് കടന്നുപോകുന്നത്. ഞാൻ ആശ്ചര്യപ്പെട്ടു.

ഞാനും സുഭദ്രയും അവനും അവന്റെ അനുജത്തിയും ഉള്ള രംഗം ഇപ്പോഴും മനസ്സിൽ നിന്ന് ഇറങ്ങിയിട്ടില്ല. എല്ലാം ഇന്നലെ കഴിഞ്ഞതു പോലെ. കാണെ കാണെ പേരമകളും വളർന്നു വലുതായിരിക്കുന്നു. മകളെ കെട്ടിച്ചയക്കേണ്ട തിരക്കിലാണവൻ. ഭൂമി ഭാഗം ചെയ്തെങ്കിലും വീടന്റെ പേരിലാണ്.

അതിലവനു വിരോധം കാണും.

'ഈ പഴയ കെട്ടിടം പൊളിച്ച് നമുക്ക് മറ്റൊന്ന് പണിയാം.'

അവന്റെ ആവശ്യത്തിന്ന് ഞാൻ വഴിപ്പെട്ടില്ല.

'എനിക്കിവിടെ കിടന്ന് മരിക്കണം. നിന്റെ അമ്മയും ഈ മുറിയിൽ കിടന്നാണ് എന്നോട് യാത്ര ചോദിച്ചത്.'

അവൻ മറുത്തൊന്നും പറഞ്ഞില്ല.

കാലപ്പഴക്കം കൊണ്ട് മുഷിഞ്ഞ വീട്. ആൾപ്പെരുമാറ്റം നന്നെ കുറവ്. തൊടിയും പറമ്പും കാട് കയറി കിടക്കുന്നു. കുമ്മായം അടർന്നു പോയ ചുമരുകളും ദ്രവിച്ച വാതിലുകളും ഉപയോഗ ശൂന്യമായ വീട്ടുപകരണങ്ങളും. ഒരു ഭാർഗ്ഗവീ നിലയം.

വീട് പുതുക്കി പണിയേണ്ട സാഹസത്തിലാണ് അവൻ. പണിക്കാർക്ക് നിർദ്ദേശം നൽകി ഓടി നടന്നു. അവരുടെ ബഹളത്തിനൊപ്പം വാർണീഷിന്റെയും പെയിന്റിന്റെയും പുത്തൻ മണം മുറിയിലേക്കു കടന്നുവന്നു.

പാത്രങ്ങൾ വരാന്തയിൽ അടുക്കിവെക്കുന്ന ശബ്ദം. ജനാലയിലൂടെ ഇതെല്ലാം നോക്കി കിടന്നു. പെട്ടെന്ന് അവൻ ജനാലയ്ക്കരികിൽ വന്നു നിന്നു.

എന്റെ മുഖത്തു നോക്കി.

ഞാനവനെയും.

എങ്ങിനെ തുടങ്ങണമെന്നറിയാതെ വേവലാതി കൊള്ളുന്ന മുഖം.

'ഞാൻ പഴയ സാധനങ്ങളൊക്കെ വില്ക്വാണ്. അതിവിടെ കിടന്ന് തുരുമ്പിച്ചതുകൊണ്ട് ഒരു പ്രയോജനവും ഇല്ല. എല്ലാം വെയിസ്റ്റാണ്.'

ഒറ്റശ്വാസത്തിൽ അവൻ പറഞ്ഞു നിർത്തി.

മറുപടിക്ക് കാത്തു നില്ക്കാതെ സ്ഥലംവിട്ടു. മറുപടി തരാൻ ഇവിടെ ആളില്ലെന്ന് അവന്നറിയാം. എല്ലാം സുഭദ്രയുടേതാണ്. അവളില്ലാത്ത സ്ഥിതിക്ക് ഇതൊക്കെ ഇനി ആർക്കു വേണം.

കട്ടിലിൽ ചാരിയിരുന്ന് ഞാൻ ജനാലയിലൂടെ വെളിയിലേക്ക് നോക്കി കിടന്നു. ജനാലയുടെ സമചതുരത്തിനകത്ത് എന്റെ ആകാശം പരിമിതപ്പെട്ടിട്ട് നാളെത്രയായി. അതിലൂടെ എത്തുന്ന കാറ്റും പുറം വെയിലും എന്റെ ഏകാന്തതയെ തെല്ലൊന്നാശ്വസിപ്പിച്ചു. വല്ലപ്പോഴും പറന്നകലുന്ന പക്ഷികളും ആകാശത്തിൽ ഓടി മറയുന്ന മേഘക്കൂട്ടങ്ങളും എന്റെ കാഴ്ചയുടെ വിരുന്നുകാരായി.

ഈ ജീവിതം ഇനി എത്ര നാൾ.

ആലോചിക്കുന്തോറും മടുപ്പനുഭവപ്പെടുന്നു. ലക്ഷ്യമില്ലാത്ത കാത്തിരിപ്പിന്റെ വിരസത. ഇതൊന്നവസാനിച്ചെങ്കിൽ.

എന്റെ ചിന്തയ്ക്ക് വിരാമമിട്ടുകൊണ്ട് അവൻ മുറിയിലേക്ക് കടന്നു വന്നു.

അനാവശ്യമായി അവൻ മുറിയിലേക്ക് കയറി വരാറില്ല. എന്തെങ്കിലും കാണും. വന്നാപാടെ കട്ടിലിൽ എന്റെ അരികിലിരുന്നു.

എന്റെ കൈ അവന്റെ കൈത്തലത്തിൽ വെച്ച് മൃദുലമായി തടവാൻ തുടങ്ങി. ഓർമ്മയുടെ ചെപ്പിൽ നിന്ന് പലതും മനസ്സിലൂടെ കയറിയിറങ്ങി.

ഞാനും സുഭദ്രയും കുട്ടികളുമടങ്ങിയ ചിത്രങ്ങൾ ഒരു സ്ക്രീനിലെന്ന വണ്ണം മിന്നിമറഞ്ഞു. ആ അനുഭവ നിർവൃതിയിൽ ഞാൻ ക്ഷണനേരം ലയിച്ചിരുന്നു.

'ഈ മുറിയൊക്കെ ഒന്നു വൃത്തിയാക്കണം.'

കനത്ത നിശ്ശബ്ദതക്കിടയിൽ പ്രത്യേകിച്ചാരോടെന്നില്ലാതെ അവൻ പറഞ്ഞു. വെള്ളച്ചാലു വീണ് വൃത്തികേടായ ചുമരിലേക്ക് നോക്കി ഞാൻ കിടന്നു.

'അച്ഛനെന്താ ഒന്നും പറയാത്തത്.'

അവൻ പഴയ വർത്തമാനത്തിലേക്ക് തിരിച്ചു വന്നു.

'മകളെ കാണാൻ ഈ ആഴ്ച അവരിങ്ങെത്തും. അതിനു മുന്നേ ഈ മുറി കൂടി വൃത്തിയാക്കണം.'

ഞാൻ സമ്മതം മൂളി.

പോകാനുള്ള ധൃതിയൊന്നും അവനിൽ കണ്ടില്ല. എന്റെ മുന്നിൽ അവനിത്രയും സമയം ചെലവഴിക്കാറില്ല.

എന്തെങ്കിലുമൊക്കെ പറയാനുണ്ടായിരിക്കും. ഞാൻ പ്രതീക്ഷയോടെ അവനെ നോക്കി.

തുറന്ന വാതിലിൽ കൂടി വെളിമ്പറമ്പിലേക്ക് നോക്കി അവനിരുന്നു.

'അച്ഛൻ ഇവിടെ ഒറ്റയ്ക്ക് കഴിയേണ്ട.'

അവൻ പണിപ്പെട്ട് പറഞ്ഞു നിർത്തി.

'മകളുടെ കല്ല്യാണം ശരിയായാൽ അവൾ ഭർത്താവിന്റെ വീട്ടിലേക്ക് പോകും. ഞാൻ ജോലി സ്ഥലത്തേക്കും.'

അവൻ ഒരു വിധം പറഞ്ഞൊപ്പിച്ചു.

ഞാൻ മറുപടി ഒന്നും പറഞ്ഞില്ല.

'ബന്ധുക്കളാണേലും ഇനിയും മറ്റുള്ളവരെ ബുദ്ധിമുട്ടിക്കുന്നത് ശരിയല്ല.'

എന്റെ കൈവശം ഇതിനൊന്നും ഉത്തരമില്ലെന്ന് അവനറിയാം. ഞാൻ തീർത്തും നിസ്സഹായനാണ്.

'എല്ലാം ഞാൻ ശരിയാക്കിയിട്ടുണ്ട്. അച്ഛനൊരു ബുദ്ധിമുട്ടും അവിടെ ഉണ്ടാവില്ല. പോരാത്തതിന് സമപ്രായക്കാരായ ഒട്ടു വളരെ പേർ കൂട്ടിനുണ്ട്.'

അവൻ പറഞ്ഞു നിർത്തി.

സുഭദ്രയുണ്ടായിരുന്നെങ്കിൽ–

ചുമരിലെ ചിത്രം വായിക്കാൻ ഞാൻ പണിപ്പെട്ടു. ഈറനണിഞ്ഞ കണ്ണിൽ എനിക്കവളെ വായിച്ചെടുക്കാൻ വയ്യാതായി.

'മുറിയിലെല്ലാം വെയിസ്റ്റാണ്. ഇതൊക്കെ കളഞ്ഞേ ഒക്കൂ.'

സുഭദ്രയുടെ ഫോട്ടോ നോക്കി ഞാൻ പറഞ്ഞു. അവൻ ചുമരിലെ ഫോട്ടോ ഇളക്കി കൊണ്ടുവന്നു. വിറയാർന്ന കൈകളിൽ ഞാനതേറ്റു വാങ്ങി.

'ഇവനാണ് വയസ്സു കാലത്ത് നിങ്ങൾക്കൊരു തുണ.'

സുഭദ്രയുടെ ചിത്രം പതിഞ്ഞ ശബ്ദത്തിൽ എന്നോടു പറഞ്ഞു.

പുറത്ത് നിർത്തിയിട്ട കാറിന് ജീവൻ വച്ചു തുടങ്ങി.

പുറപ്പെടാൻ നേരമായെന്ന് അതെന്നെ ഓർമ്മിപ്പിച്ചു.

☸

ശശിയേട്ടന്റെ കഥ ഒരു ഫ്ളാഷ്ബാക്ക്

ശശിയേട്ടനെ പരിചയപ്പെട്ടത് എന്നാണെന്ന് കൃത്യമായി ഓർമ്മയില്ല. അതൊരു തിരക്കൊഴിഞ്ഞ നേരമായിരുന്നു.

വടക്കോട്ടുള്ള വണ്ടി പോയ്ക്കഴിഞ്ഞതിനു ശേഷം പ്ലാറ്റ്ഫോമിൽ ആൾക്കാർ കുറവായിരുന്നു.

കോൺക്രീറ്റ് വേലിയോട് ചാരിവെച്ച ഇരുമ്പു ബെഞ്ചിൽ അയാളിരിക്കുന്നു. ആ ഇരിപ്പു കണ്ടാൽ അയാളൊരു യാത്രക്കാരനല്ലെന്നു തോന്നും.

ഇനി തെക്കോട്ടുള്ള വണ്ടിയെ കാത്തിരിക്കുകയുമാവാം. അത് ഒരു മണിക്കൂർ വൈകിയോടുകയാണ്.

സംസാരിച്ചിരിക്കാൻ ഒരാളെ കിട്ടിയ സന്തോഷത്തോടെ ഞാൻ കാന്റീനിൽ നിന്ന് വാങ്ങിയ ചായ പതുക്കെ നുണഞ്ഞു.

ഇഷ്ടംപോലെ സമയമുണ്ട്.

അയാൾ ഒരു യാത്രക്കാരനല്ലെന്നത് എന്നെ ഏറെ ആശ്വസിപ്പിച്ചു.

അയാളെക്കുറിച്ചുള്ള ചിന്തകൾ പലവഴിക്ക് നീങ്ങി.

അലക്ഷ്യമായ നോട്ടം. അയാളുടെ വേഷവും ഇരിപ്പും ആ അലസഭാവത്തെ ഒന്നുകൂടി ബലപ്പെടുത്തി. ശോഷിച്ച ശരീരവുമായി ഇണങ്ങാത്ത നിറം മങ്ങി ചുളിവു വീണ ഷർട്ട്.

നിവർന്നു നില്ക്കാൻ കെല്പില്ലാത്ത അതിന്റെ കോളർ കഴുത്തിൽ ചുരുണ്ടു കിടന്നു. ചുമലോളമെത്തുന്ന കോലൻ മുടിയൊഴികെ മറ്റൊന്നും അയാളിൽ ആകർഷണീയമായി തോന്നിയില്ല.

തലയോട് ചേർത്ത് ചീകിവെച്ച മുടി. ഇത്തിരി പോന്ന അയാളുടെ മുഖം ഒരു മാങ്ങാണ്ടി പോലെ തോന്നിച്ചു. തീർത്തും മുഷിഞ്ഞ ഒരു മനുഷ്യൻ. മനസ്സ് അയാളെ അംഗീകരിക്കാൻ വിസമ്മതിച്ചു.

സമയം കളയാൻ മറ്റു വഴിയില്ലെന്നോർത്തപ്പോൾ അയാളെന്റെ പ്രതീക്ഷയാവുകയായിരുന്നു.

ഞാൻ ബഞ്ചിനടുത്തേക്ക് നടന്നു. അയാൾ മറ്റേതോ ലോകത്താണ്. ശബ്ദമുണ്ടാക്കാതെ ഞാൻ ബഞ്ചിലിരുന്നു. ഭാരം താങ്ങാനാവാതെ അത് മുന്നോട്ടാഞ്ഞു. ആ ഇളക്കത്തിലയാളുടെ മനോവ്യാപാരം നിലച്ചെന്നു തോന്നി.

'സൂക്ഷിച്ചിരുന്നോ, കാല് കേടാണ്'

അയാൾ എന്നെ നോക്കി ചെറുതായൊന്നു ചിരിച്ചുകൊണ്ടു പറഞ്ഞു.

മദ്യത്തിന്റെ രൂക്ഷഗന്ധം പരിസരമാകെ പരന്നു. ഒരു ക്ഷമാപണമെന്ന പോലെ വീണ്ടും അയാൾ താഴ്മയോടെ ചിരിച്ചു.

ലഹരിയുടെ ആവേഗത്താൽ അയാൾക്ക് പരിസരബോധം നഷ്ടപ്പെട്ടിരുന്നു.

'എല്ലാം ദൈവത്തിന്റെ ലീലാവിലാസം.'

ചാരനിറമുള്ള കട്ടി മീശയ്ക്കിടയിലെ വെറ്റിലക്കറ പുരണ്ട പല്ല് വെളിക്ക് കാട്ടി അയാൾ ആരോടെന്നില്ലാതെ പരിഭവത്തോടെ ചിരിച്ചു.

ആ ചിരിയിലൊളിഞ്ഞിരിക്കുന്ന കാണാക്കഥയുടെ പൊരുൾ ശ്മശ്രുക്കൾ വളർന്ന കവിളിലൂടെ കണ്ണീരായി ഒഴുകി. അതിന്റെ അർത്ഥതലം എനിക്കജ്ഞാതമായിരുന്നു. ചിരിക്കിടയിലെ കരച്ചിലും കരച്ചിലിനിടയിലെ ചിരിയും. ശശിയേട്ടനെന്ന മഹാനടനെ ഞാൻ കൗതുകത്തോടെ നോക്കിയിരുന്നു. വാ ഇടുങ്ങിയ കുപ്പിയിൽ നിന്നു വെള്ളം ഒഴുകുന്നതു പോലെ മുറിഞ്ഞ വാക്കുകളുടെ അവ്യക്ത ശബ്ദം അയാളിൽ നിന്നു പുറത്തേക്കു വന്നു.

ഏറെ നേരം അത് തുടർന്നില്ല. ഒടുവിൽ ശബ്ദത്തിന്റെ പിടച്ചിൽ മാത്രം ബാക്കിയായി. നിമിഷങ്ങൾ കടന്നു പോകവെ ഞങ്ങൾക്കിടയിലെ മൗനത്തിന് കനം വെച്ചു തുടങ്ങി. ഒരേ ബഞ്ചിലിരിക്കുന്ന രണ്ടപരിചിതർ.

അയാളിലെ കഥയുടെ പൊരുളറിയാൻ മനസ്സ് തിടുക്കം കൂട്ടി. പക്ഷേ, എങ്ങിനെ തുടങ്ങണം. വഴിയറിയാതെ ഞാൻ നിമിഷ നേരം മൗനിയായിരുന്നു. ഞാനയാളിൽ പ്രതീക്ഷയർപ്പിച്ച് കാത്തിരുന്നു.

നിമിഷം കഴിയുന്തോറും ഞങ്ങൾക്കിടയിലെ അപരിചിതത്വത്തിന്റെ കനത്ത മതിൽ നേർത്ത് നേർത്തില്ലാതാകുന്നതായി എനിക്കനുഭവപ്പെട്ടു.

എവിടെയോ കണ്ടുമറന്ന പരിചിതൻ.

'എങ്ങോട്ടേക്കാണ്.'

തെല്ല് ധൈര്യം സംഭരിച്ച് ചോദിച്ചു.

'പ്രത്യേകിച്ച് എങ്ങോട്ടുമില്ല.'

അയാൾ എനിക്ക് മുഖം തരാതെ പറഞ്ഞു.

'ഈ ലോകത്ത് എന്റേതായി ഒന്നുമില്ല.'

നീണ്ട മൗനത്തിനു ശേഷം അയാൾ വീണ്ടും വാ തുറന്നു.

അയാൾ കഥയുടെ ചുരുളഴിക്കുന്നതും കാത്ത് ഞാൻ അക്ഷമനായിരുന്നു. എന്റെ കാത്തിരിപ്പ് അസ്ഥാനത്തായില്ല.

'അതൊരു കൊടും വഞ്ചനയുടെ കഥയാണ് സാറെ. കൂടെ കിടന്നാൽ അവളെ കള്ളു മണക്കുമത്രെ. സത്യമാണ് സാറേ. എന്റെ രണ്ടു കണ്ണാണെ സത്യം. കളവാണെങ്കിൽ ശശിയേട്ടന്റെ ഈ രണ്ടും കണ്ണും പൊട്ടിപ്പോട്ടെ.'

അയാൾ എന്റെ കൈയ്യിൽ ബലമായി പിടിച്ചു സത്യം ചെയ്തു.

ആ കണ്ണുകളിൽ നിന്ന് അടർന്നു വീണ ജല കണങ്ങൾക്കൊപ്പം പുറത്തേക്കൊഴുകിയ മദ്യത്തിന്റെ ഗന്ധം എന്നെ അലോസരപ്പെടുത്തി.

വായ്ച്ചാലിലൂടെ ഒലിച്ചിറങ്ങിയ വെറ്റിലച്ചാറ് തുടച്ച് അയാൾ എന്തൊക്കെയോ പുലമ്പി.

'ആ മേസ്ത്രിയില്ലെ. അവന്റെ കൂടെയാ അവളുടെ പോക്കും വരുത്തും.'

കേട്ടാൽ അറപ്പു തോന്നുന്ന ശകാര വാക്കുകൾ കൊണ്ട് അയാൾ പ്രതിനായകനെ അഭിഷേകം ചെയ്ത് തൃപ്തിപ്പെട്ടു.

'ആ തേവിടിശ്ശിക്കിപ്പോ കള്ളു മണക്കുന്ന എന്നെ വേണ്ടാത്രേ.'

'പോയി തുലയട്ടെ അവറ്റകള്. ശശിയേട്ടന് മുകളിലാകാശം താഴെ ഭൂമി, അല്ലാതെന്ത്.'

അയാൾ സ്വയം സമാധാനിച്ചു ചിരിച്ചു.

ശശിയേട്ടനെന്ന കഥാപാത്രം സ്വയം പിൻവാങ്ങിയതിന്റെ സാക്ഷ്യപത്രം എനിക്ക് മുന്നിലവതരിപ്പിച്ചുകൊണ്ട് തെല്ലുനേരം മിണ്ടാതിരുന്നു.

'ആ പിശാച് എവിടെയെങ്കിലും പോയി തുലയട്ടെ. അതിലെനിക്ക് പരാതിയില്ല. ആ വഞ്ചകി എന്റെ അമ്പതിനായിരം രൂപ തട്ടിയെടുത്തില്ലെ. പ്രമാണമെഴുതിയപ്പോ ആ തേവിടിശ്ശി എന്നെ തഴഞ്ഞു. ഞാനിന്ന് കടത്തിണ്ണയിലും റെയിൽവെ സ്റ്റേഷനിലും അന്തിയുറങ്ങുന്നു.'

പിന്നെയും അയാൾ എന്തെല്ലാമോ പുലമ്പിക്കൊണ്ടിരുന്നു.

മദ്യലഹരിയിൽ തീർത്തും അവശനായ അയാൾക്കൊപ്പം ആ വാക്കുകളും നേർത്തില്ലാതായി.

ഒരു കൊച്ചു കുഞ്ഞിനെപ്പോലെ അയാൾ നിമിഷം കൊണ്ട് ഉറങ്ങി.

തീർത്തും നിസ്വനായ ഒരാൾ

ഈ ലോകത്ത് അയാൾക്കാരുമില്ല.

സ്വന്തമെന്ന് പറയാൻ ഭൂമിയോ അന്തിയുറങ്ങാൻ കൂരയോ ഇല്ലാത്ത വീണിടത്ത് കിടന്നുറങ്ങുന്ന പാവം മനുഷ്യൻ.

ആ കൊടുംവഞ്ചനയുടെ കഥയിലേക്ക് മനസ്സ് ഉഴറി നടക്കാൻ തുടങ്ങി.

അതിന്റെ കാണാക്കയങ്ങളിലേക്ക്.

പൊട്ടിപ്പോയ കഥാതന്തുക്കൾ തേടിയുള്ള യാത്ര.

ആ യാത്രയിൽ ഞാനവളെ കണ്ടുമുട്ടി.

എന്റെ കഥാനായിക.

സുമംഗലി.

തകർന്ന ഹൃദയവുമായി അവളെന്റെ മുന്നിൽ ഒരു ചോദ്യചിഹ്നവുമായി നിന്നു. നിറം മങ്ങിയ സാരിയിൽ പൊതിഞ്ഞ ഒരാൾ രൂപം.

ആടയാഭരണങ്ങളില്ലാത്ത ആ ശരീരത്തിൽ ദാമ്പത്യത്തിന്റെ ശേഷിപ്പായി നെറ്റിയിലെ സിന്ദൂരക്കുറിമാത്രം.

അവൾ എന്തോ പറയാനായി മുഖമുയർത്തി.

ഞാൻ അവൾക്കു വേണ്ടി കാത്തിരുന്നു.

നിമിഷങ്ങൾ കടന്നുപോയി. അവൾ ഒന്നും പറഞ്ഞില്ല. പറയാനുള്ള മനക്കരുത്ത് അവൾക്ക് നഷ്ടപ്പെട്ടിരുന്നു. ദുഃഖം കൊണ്ട് വലിഞ്ഞു മുറുകിയ മുഖം തേങ്ങി.

കരച്ചിൽ അടക്കാനായി അവൾ പണിപ്പെട്ടു.

'അയാൾ പറഞ്ഞതെല്ലാം കളവാണ് സാറെ.'

സാരിത്തുമ്പ് കടിച്ചു പിടിച്ചു അവൾ ഒരുവിധം പറഞ്ഞൊപ്പിച്ചു.

'വിവാഹപ്രായമായ രണ്ട് പെൺ പിള്ളേരെയും എന്നെയും അനാഥമാക്കിക്കൊണ്ടാണ് ഇയാളുടെ ഊര് തെണ്ടൽ. ഞാനും മക്കളും ദുർനടപ്പുകാരാണത്രെ.'

അടക്കിപ്പിടിച്ച വിതുമ്പൽ കരച്ചിലായി മാറി.

ആ സാധു സ്ത്രീയെ ആശ്വസിപ്പിക്കാനറിയാതെ ഞാൻ വിഷമിച്ചു.

'മൂക്കറ്റം മദ്യപിക്കുന്ന അയാളുടെ പേരിൽ കിടപ്പാടം എഴുതി വച്ചിരുന്നെങ്കിൽ ഞാനും എന്റെ മക്കളും അനാഥരായേനെ. ദൈവം അതിനിടയാക്കിയില്ല.'

പരിസരം മറന്ന് അവൾ കരയാൻ തുടങ്ങി.

ജീവിതം നല്കിയ വഞ്ചനയുടെയും ദുഷ്പ്പേരിന്റെയും ഭാരം മുഴുവൻ അവൾ എനിക്കു മുമ്പിൽ ഇറക്കി വെച്ചു.

ഞാൻ അവളെ തടഞ്ഞില്ല.

അങ്ങിനെയെങ്കിലും ഹൃദയ ഭാരം കുറക്കട്ടെ.

ആ കരച്ചിൽ ഒടുവിൽ നേർത്തില്ലാതായി.

ദയാശൂന്യമായ സമൂഹത്തിന് മുന്നിൽ മൂന്നു ജീവിതങ്ങളെ അനാഥമാക്കി കടന്നുകളഞ്ഞ കഥാനായകനെ ഞാൻ നോക്കി.

ശശിയേട്ടൻ അവിടെ ഇല്ലായിരുന്നു.

പ്ലാറ്റ്ഫോമിൽ ഞാൻ തനിച്ചാണെന്ന ബോധം ഉണ്ടായി.

'വടക്കോട്ടുള്ള വണ്ടി?'

നടന്നുവരുന്ന അപരിചിതനോട് ഞാൻ തിരക്കി.

'അതു പോയ്ക്കഴിഞ്ഞല്ലോ.'

തീർത്തും വിജനമായ പ്ലാറ്റ്ഫോം.

മുമ്പിൽ വെയിലേറ്റു വിറകൊള്ളുന്ന റെയിൽ പാളം.

നോക്കെത്താ ദൂരം വരെ അതങ്ങിനെ നീണ്ടു കിടക്കുന്നു.

സമാന്തരമായ റെയിൽ പാളം പോലെ ശശിയേട്ടന്റെയും സുമംഗലിയുടെയും ജീവിതം.

ഒരിടത്തും സന്ധിക്കാതെ മുന്നോട്ട് നീങ്ങുന്നു.

❁

സെമിത്തേരിയിൽ ഇടമില്ല

മരണം-

അതിന്റെ ഭീതിദവും അജ്ഞാതവും അത്യഗാധവുമായ ഗർത്തങ്ങളിലേക്ക് അയാളുടെ മനസ്സ് താഴ്ന്നു പറന്നു.

ഈയിടെയായി മരണ ചിന്ത അയാളെ ഒരൊഴിയാബാധ പോലെ പിന്തുടർന്നുകൊണ്ടിരുന്നു. ജീവിച്ചിരിക്കുമ്പോൾ തന്നെ മനുഷ്യൻ മരണത്തെക്കുറിച്ചോർത്ത് വേവലാതികൊള്ളുന്നു. കൊച്ചൗസേപ്പിന്റെ ചിന്ത അത്തരത്തിലല്ലെന്നു മാത്രം.

മരണം. അതൊരനിവാര്യതയായി അയാൾക്കു തോന്നി.

എല്ലാ ദുഃഖങ്ങളിൽ നിന്നും ഒറ്റപ്പെടലിൽ നിന്നും അവഹേളനത്തിൽ നിന്നുമുള്ള മോചനം.

കൊച്ചൗസേപ്പിന്റെ ചിന്ത ആ വഴിക്ക് തിരിഞ്ഞു.

ഒരിക്കലല്ല.

പല തവണ

അയാൾ മരണത്തെക്കുറിച്ച് ഓർത്തു കൊണ്ടേയിരുന്നു.

എന്നു തന്നെയല്ല അയാൾ മരണത്തെക്കുറിച്ചു മാത്രമെ ഇപ്പോൾ ഓർക്കാറുള്ളൂ. ജീവിതത്തെ ഉപേക്ഷിക്കാൻ അയാൾ തയ്യാറെടുത്തു കഴിഞ്ഞു.

ജീവിതം അയാളെയും.

ഓർക്കുന്തോറും കൊച്ചൗസേപ്പിന് ജീവിതം ഒരു കടങ്കഥ പോലെ തോന്നി.

പൊരുളറിയാത്ത തുടക്കവും ഒടുക്കവും. അവയ്ക്കിടയിൽ അവമതിയുടെ ഒറ്റപ്പെടലിന്റെ കയ്പ്പും ചവർപ്പും.

മരണത്തിനപ്പുറം എന്തായിരിക്കും.

വേദ പുസ്തകം കണ്ടറിവു മാത്രമുള്ള കൊച്ചൗസേപ്പ് ആലോചിച്ചു.

സുവിശേഷ പ്രസംഗം നടത്തുന്ന പള്ളീലച്ചന് അറിയാമായിരിക്കും. പിന്നെ

കർത്താവിന്റെ മണവാട്ടികൾക്കും.

കൊച്ചൗസേപ്പിന്റെ ചിന്ത സ്വർഗ്ഗ നരകങ്ങളിലേക്ക് തിരിഞ്ഞു.

സ്വർഗ്ഗസ്ഥനായ പിതാവ്.

പണക്കാർക്കും കൊള്ളപ്പലിശക്കാർക്കും വ്യഭിചാരികൾക്കും അവിടെ സ്ഥാനമില്ല.

ഒട്ടകത്തിന് സൂചിക്കുഴലിലൂടെ കടക്കാനൊക്കുകില്ല.

ഭാരം ചുമക്കുന്നവരും കഷ്ടപ്പെടുന്നവരും.

സ്വർഗ്ഗരാജ്യം അവർക്കുള്ളതാണ്.

ഔസേപ്പ് തന്റെ രാജ്യം സ്വപ്നം കണ്ടു.

വല്ലപ്പോഴും പള്ളിയിൽ പോകുന്നതൊഴിച്ചാൽ സ്വർഗ്ഗസ്ഥനായ പിതാവുമായി തനിക്കൊരു ബന്ധവുമില്ല.

പള്ളിയിലെ നിത്യ സന്ദർശകരും സത്യവേദ പുസ്തകം മനഃപാഠമാക്കിയവരും ഇടവക വികാരിയും മറ്റും പിതാവിന്റെ ചാർച്ചക്കാരും അടുത്ത ബന്ധുക്കളും. അവരുടെയിടയിൽ കൊച്ചൗസേപ്പ് ഒന്നുമല്ല.

സ്വർഗ്ഗ കവാടം. അത് തനിക്കുള്ളതല്ല.

കൊള്ള പലിശക്കാരും വ്യഭിചാരികളും ദുർമന്ത്രവാദികളും യഥേഷ്ടം കയറി വരുന്ന നരകം തന്നെ കാത്തിരിക്കുന്നു.

ജീവിതത്തിലൊരിക്കലും അറിഞ്ഞുകൊണ്ടൊരു പാപവും ചെയ്യാത്ത കൊച്ചൗസേപ്പിന് അതംഗീകരിക്കാൻ വിഷമം തോന്നി.

അയാൾ പിതാവിനെ ഹൃദയംതട്ടി വിളിച്ചു. നരക തുല്യമായ ജീവിതത്തിൽ നിന്ന്. വിലകെട്ട ഇഹലോക ജീവിതത്തിൽ നിന്ന്. നീ മോചനം നേടൂ.

അയാൾക്ക് ഉൾവിളിയുണ്ടായി.

മുന്നിൽ കനത്ത ഇരുട്ട്. ലോകം ഉണർന്നിട്ടില്ല. ആ പുലർകാല തണുപ്പിൽ അയാൾ ഏറെ നേരം നിന്നു. ചിരപരിചിതമായ വഴി ഇരുട്ടു മൂടി കിടന്നു. വഴി ചെന്നിറങ്ങുന്ന അങ്ങാടിയിൽ ആളനക്കമില്ല. കനത്ത നിശ്ശബ്ദതയ്ക്ക് വിരാമമിട്ടുകൊണ്ട് തെരുവു പട്ടികളുടെ കലമ്പൽ.

വീട്ടുകാരും ഉറക്കത്തിലാണ്.

നാളത്തെ പ്രഭാതം.

അതു കാണാൻ ഞാനുണ്ടാവില്ല. ഒരിക്കലും ഉണരാത്ത ഉറക്കത്തിനു വേണ്ടി ഔസേപ്പ് ഉണർന്നിരുന്നു. അതിനു മുമ്പ് വേണ്ടപ്പെട്ടവരോട് യാത്ര ചോദിക്കണം. ആരോട്?

ഔസേപ്പ് തെല്ലിട ആലോചിച്ചു.

എല്ലാം ശിഥിലബന്ധങ്ങൾ. ആ പട്ടിക ശൂന്യമായിരുന്നു.

സ്വന്തം വിയർപ്പുകൊണ്ട് പണിത വീട്ടിൽ പോലും അന്യനായിരിക്കുന്നു.

ഔസേപ്പിന്റെ കണ്ണുകൾ ഈറനണിഞ്ഞു.

എന്തെന്തു പ്രതീക്ഷകളോടെയാണ് ജീവിക്കാൻ തുടങ്ങിയത്.

വീട് അതൊരു സ്വപ്നമായിരുന്നു.

അതിന്റെ സാക്ഷാത്കാരം..

കുടുംബ ജീവിതം

മകന്റെ ജനനത്തിലും ജീവിത വിജയത്തിലും പ്രതീക്ഷയുടെ പുതു നാമ്പുകൾ. അവന്റെ വിവാഹം.

ഇന്ന് തിരിഞ്ഞു നോക്കുമ്പോൾ

എല്ലാം വെറും വ്യാമോഹങ്ങൾ.

പണിതുയർത്തിയത് ചീട്ടു കൊട്ടാരമായിരുന്നുവെന്നോർത്തപ്പോൾ അയാൾക്ക് ദുഃഖം അടക്കാനായില്ല.

ഇരുട്ടിൽ അയാൾ വിതുമ്പി.

എന്തൊക്കെയോ പിറുപിറുത്തു.

പരിഷ്ക്കാരിയായ മകന്റെ ഭാര്യ.

അതോടെ കുടുംബത്തിൽ നിന്ന് പുറന്തള്ളപ്പെടുകയായിരുന്നു. ഔസേപ്പ് കൈത്തലം തടവി.

പരുക്കൻ ജീവിതത്തിന്റെ തഴമ്പു വീണ അടയാളങ്ങൾ.

അവളുമായി പൊരുത്തപ്പെടാൻ കഴിയാത്ത വീട്ടുകാർ.

സ്വന്തം വീട്ടിൽ ഒരു വേലക്കാരനായി കഴിയുക. ഔസേപ്പിന് ഉൾക്കൊള്ളാനായില്ല.

മുന്നിലെ കട്ടപിടിച്ച ഇരുട്ടിലേക്ക് നോക്കി അയാൾ നെടുവീർപ്പിട്ടു.

തികഞ്ഞ നിശ്ശബ്ദത.

ഔസേപ്പ് പശുത്തൊഴുത്തിലെ വാതിൽ പടിയിൽ നിന്ന് കയറെടുത്ത് അരയിൽ തിരുകി.

അയവിറക്കിക്കൊണ്ടിരുന്ന പശു പരിചിത ഭാവത്തിൽ തലതാഴ്ത്തി.

ഔസേപ്പ് സ്നേഹപൂർവ്വം അതിനെ തലോടി യാത്ര പറഞ്ഞു.

ഇരുട്ടിനെ വകഞ്ഞു മാറ്റിക്കൊണ്ട് അങ്ങാടിയിലെ തെരുവു വിളക്കിനെ ലക്ഷ്യമാക്കി നടന്നു.

കാല്ക്കീഴിലമർന്ന കരിയിലയുടെ ശബ്ദം അയാളെ അനുഗമിച്ചു.

തെരുവു വിളക്കിനു കീഴെ ഉറങ്ങുന്ന അങ്ങാടി.

അങ്ങാടിയുടെ കാവൽക്കാരെപ്പോലെ റോന്തു ചുറ്റുന്ന തെരുവു നായ്ക്കൾ. അയാൾ തെരുവിനെ ഒരു നിമിഷം നോക്കി നിന്നു.

പകലിന്റെ ഭ്രാന്തമായ ആരവം കെട്ടടങ്ങിയ തെരുവ് മറ്റൊരു പകലിനു വേണ്ടി തപസ്സിരിക്കുന്നു.

നാളത്തെ തെരുവിനെ കാണാൻ ഞാനുണ്ടാവില്ല.

അയാൾ ഉറങ്ങുന്ന തെരുവിനോട് യാത്ര പറഞ്ഞു.

മുന്നിലെ ഇരുട്ടിൽ കരിമ്പടം പുതച്ചു കിടക്കുന്ന കുന്ന്.

അതിന്റെ ഉച്ചിയിലുള്ള പള്ളിയെ ലക്ഷ്യമാക്കി ഔസേപ്പ് കയറ്റം തുടങ്ങി. ഇടയ്ക്കിടെ താഴ്വാരത്തേക്ക് നോക്കി.

പരന്നു കിടക്കുന്ന ഇരുട്ടിൽ തന്റെ വീട്. കനത്ത ഇരുട്ടിൽ അതും ലയിച്ചു ചേർന്നിരിക്കുന്നു.

മുന്നിൽ ഒരു നവവധുവിനെപ്പോലെ വെള്ളച്ചായം പൂശി തലയെടുപ്പോടെ നിവർന്നു നില്ക്കുന്ന പള്ളി.

അതിന്റെ മൂർദ്ധാവിലെ കുരിശിനു മുകളിൽ എരിയുന്ന വിളക്ക്.

തൊട്ടടുത്ത സെമിത്തേരി വെളിച്ചത്തിൽ തെളിഞ്ഞു നിന്നു.

കുരിശിനു കീഴെ ഉറങ്ങുന്ന പരേതാത്മാക്കൾ. തന്റെ കുടുംബ കല്ലറയും അതിലുണ്ട്.

തൊട്ടുരുമ്മി നില്ക്കുന്ന കുരിശുകൾക്കിടയിൽ അയാൾക്കത് വ്യക്തമായില്ല. ഞാനും അവരിലൊരാളായി തീരാൻ പോവുകയാണ്.

ഔസേപ്പ് പള്ളി മുറ്റത്തേക്ക് താഴ്ന്ന് കിടന്ന കൊന്ന മരത്തിൽ ചാരി ഉറങ്ങുന്ന പള്ളിയെ നോക്കി.

പള്ളി മേടയിലെ വെളിച്ചത്തിന് ചുറ്റും ഇരുട്ടാണ്.

ഇരുട്ടു മായുന്നതിനു മുമ്പെ യാത്രയാവണം.

അയാൾ കൊന്ന മരത്തിന്റെ താഴ്ന്ന കൊമ്പിൽ കയറിട്ടു വലിച്ചു.

മരത്തിൽ കൂടു കൂട്ടിയ രാക്കിളികൾ ഭയന്ന് നാലുപാടും ചിതറിപ്പറന്നു.

ഔസേപ്പ് മരണത്തിന്റെ കാലൊച്ച തിരിച്ചറിഞ്ഞു.

അയാൾ കയറിൽ കുരുക്കിട്ടു.

ഒരു നിമിഷം മനസ്സിനെ ശാന്തമാക്കി നിർത്തി.

ഇരുട്ടിലൊഴുകിയെത്തിയ ഊളന്റെ ഓലി അയാളെ തട്ടി കടന്നുപോയി.

ഇരുട്ടിൽ കരിയിലയമരുന്ന ശബ്ദം.

ഔസേപ്പിന്റെ ഹൃദയമിടിപ്പ് കൂടി.

ആരെങ്കിലും പിന്തുടരുന്നുണ്ടോ. അയാൾ മരത്തിന്റെ മറവിൽ മറഞ്ഞിരുന്നു. ശബ്ദം അകലുകയാണ്.

ഔസേപ്പ് ഒച്ച വെക്കാതെ ശബ്ദത്തെ പിൻതുടർന്നു.

വർദ്ധിച്ച വേഗതയോടെ അത് അകന്നകന്നു പോയി.

വീണ്ടും ശ്മശാന മൂകത.

പുലരാൻ ഇനി അധിക സമയമില്ല.

അയാൾ തിരിഞ്ഞു നടന്നു.

ആ കനത്ത ഇരുട്ടിൽ വെളുത്തൊരു ഭാണ്ഡം ഔസേപ്പിന്റെ വഴി മുടക്കി. ചുറ്റും കണ്ണോടിച്ചു.

ആളനക്കമില്ല.

അയാൾ അതിനടുത്തേക്ക് നീങ്ങി.

പഴന്തുണികളുടെ ഭാണ്ഡം.

അയാൾ ഉദ്വേഗത്തോടെ തുണികളോരോന്നായി മാറ്റിയിട്ടു. ഔസേപ്പ് സ്തബ്ധനായി.

എന്തു ചെയ്യണമെന്നറിയാതെ അയാൾ ഒരു ശിലാ പ്രതിമ കണക്കെ നിന്നു. രണ്ടും കൈയ്യും ചുരുട്ടിപ്പിടിച്ച് എന്തോ നുണഞ്ഞുകൊണ്ട് ഉറക്കത്തിലാണ്. പൂവിതൾപോലെ മാർദ്ദവമേറിയ അതിന്റെ നനുത്ത ശരീരത്തിൽ ഔസേപ്പ് പതുക്കെ തടവി.

അവൻ കൈകാലിളക്കി പ്രതിഷേധിച്ചു. ഔസേപ്പിന്റെ മനസ്സിൽ ചോദ്യങ്ങളുയർന്നു.

ജീവിക്കണോ മരിക്കണോ?

ഉത്തരം കണ്ടെത്താനാവാതെ അയാൾ പതറി.

ക്രൂശിതനായ യേശുവിനെ അയാൾ പ്രതീക്ഷയോടെ നോക്കി.

അനുകമ്പാർദ്രമായ ആ രൂപത്തിനുമുന്നിൽ ഔസേപ്പിന്റെ മുഖം കുനിഞ്ഞു.

പഴന്തുണിയിൽ പൊതിഞ്ഞ ഉണ്ണിയേശുവിനെയെടുത്ത് അയാൾ മാറോണച്ചു.

അതിന്റെ ഹൃദയമിടിപ്പ് അയാളറിഞ്ഞു.

താഴെ പള്ളി സെമിത്തേരിയിലെ വെള്ളച്ചായം പൂശിയ കുരിശു രൂപങ്ങൾ ഔസേപ്പിനെ നോക്കി ചിരിച്ചു.

അവർക്കിടയിൽ തീരെ ഇടമില്ലെന്ന് അവർ പ്രതിവചിച്ചു

കനത്ത ഇരുട്ടിൽ നിന്ന് വെളിച്ചത്തെ അന്വേഷിച്ച് കൊച്ചൗസേപ്പ് ഉണ്ണിയേശുവിനെയും കൊണ്ട് മലയിറങ്ങാൻ തുടങ്ങി.

❁

ഒരേ കടൽ

ഇളകി മറിയുന്ന കടലിലേക്ക് നോക്കി അവൾ ഏറെ നേരം നിന്നു. തീരത്തെ തിരമാലകൾ കരിങ്കൽ തടയണയിൽ ആഞ്ഞടിച്ചു പിൻവാങ്ങിക്കൊണ്ടിരുന്നു. ഓളങ്ങളില്ലാത്ത ആഴക്കടലിനാവട്ടെ തികഞ്ഞ നിശ്ശബ്ദത. തീരത്തോളമെത്തുന്ന കടൽകാക്കകളുടെ ആരവം. അന്തിയുറക്കത്തിനുള്ള ഇടം തേടിക്കൊണ്ട് അവ പാറക്കൂട്ടങ്ങൾക്കിടയിൽ വട്ടമിട്ടു പറന്നു. ഇടയ്ക്കെപ്പൊഴോ പെയ്ത ചാറ്റൽ മഴയിൽ കുതിർന്ന കടൽ തീരത്ത് ആളുകൾ കുറവാണ്. ആഴക്കടലിന്റെ നീല ഭിത്തിയിൽ അന്തിച്ചുവപ്പ് മുഖം കാണിച്ചു തുടങ്ങി. ഒരു പകൽ കൂടി യാത്രാമൊഴി ചൊല്ലാൻ ഒരുങ്ങുകയാണ്.

ശൂന്യമായ മനസ്സിനു മുന്നിൽ ഇനി എന്ത് എന്ന ചോദ്യവുമായി അവൾ നിന്നു. കോടതി മുറിയിൽ നിന്നിറങ്ങുമ്പോഴുള്ള മാനസീകാവസ്ഥ ഇപ്പോഴില്ല. രക്ഷപ്പെടലിന്റെ ആശ്വാസം പകർന്ന ആ നിമിഷങ്ങൾ നഷ്ടപ്പെട്ടു കഴിഞ്ഞിരിക്കുന്നു. തന്നെ കാത്തിരിക്കാൻ ഈ ലോകത്ത് ആരുമില്ലെന്ന യാഥാർത്ഥ്യത്തോട് പൊരുത്തപ്പെടാൻ അവൾ നിർബന്ധിതയായി. അച്ഛന്റെ മരണത്തോടെ മനസ്സിന്റെ സമനില തെറ്റിയ അമ്മ, സ്വന്തം അസ്തിത്വം പോലും തിരിച്ചറിയാൻ കഴിയാതെ വീടിന്റെ ഇരുണ്ട മൂലയിൽ അഭയം കണ്ടെത്തുന്നു.

'വേണ്ടപ്പെട്ടവരൊക്കെ എല്ലാ കാലത്തും നിന്നോടൊപ്പം ഉണ്ടായെന്നു വരില്ല.'

അച്ഛന്റെ വാക്കുകൾ അവൾ ഓർത്തു.

അഖിലുമായുള്ള ബന്ധം വേർപിരിഞ്ഞതിനു ശേഷം ഒരു രണ്ടാം വിവാഹത്തെക്കുറിച്ച് ഓർക്കാനെ പറ്റില്ലായിരുന്നു.

രണ്ടു കൊല്ലം മാത്രം ആയുസ്സുണ്ടായിരുന്ന ശിഥില ബന്ധം. ഓർമ്മി

ക്കാൻ ഒരുപിടി ദുഃസ്വപ്നങ്ങൾ മാത്രം ബാക്കിയാക്കി ആ ബന്ധം തകർന്നു. ആഗ്രഹിച്ചതൊന്നും അവിടെ കണ്ടെത്താനായില്ല. പ്രതീക്ഷിക്കാത്തത് പലതും അവിടെ ഉണ്ടായിരുന്നു.

തികച്ചും അപരിചിതമായ മറ്റൊരു ലോകത്തേക്ക് അറിയാതെ എത്തപ്പെടുകയായിരുന്നു.

'ഞാൻ മദ്യപിക്കുന്നതുകൊണ്ട് നിനക്കെന്താ. നിനക്ക വേണ്ടതൊക്കെ ഒരു മുടക്കവും കൂടാതെ ചെയ്തു തരുന്നില്ലേ?'

വല്ലതും പറഞ്ഞാൽ വർദ്ധിച്ച കോപത്തോടെ അഖിൽ മറുപടി പറയും. മദ്യവും മയക്കുമരുന്നും പിടിമുറുക്കിയതോടെ വീട്ടിൽ വല്ലപ്പോഴും കയറിവരുന്ന സന്ദർശകനായി മാറി അയാൾ.

ജീവിതത്തിന്റെ താളം തെറ്റുന്നത് നോക്കി നിൽക്കാനെ എനിക്ക് കഴിഞ്ഞുള്ളൂ. ഉപദേശങ്ങൾക്കോ അപേക്ഷകൾക്കോ അവിടെ സ്ഥാനമില്ലായിരുന്നു.

'നീ അവനെ ഗുണദോഷിക്കാനൊന്നും വരേണ്ട. നിന്റെ വീട്ടുകാരുടെ ചിലവിലാരും ഇവിടെ ജീവിക്കുന്നില്ല.'

അഖിലിന്റെ അമ്മ പൂർണ്ണ വിരാമമിട്ടുകൊണ്ട് പറഞ്ഞു.

മദ്യപനായ ഭർത്താവിനും അയാളുടെ ദുർവൃത്തികളെ മനസാ അംഗീകരിക്കുന്ന അമ്മയ്ക്കുമിടയിൽ ജീവിതം വഴിമുട്ടി നിന്നു.

പ്രതീക്ഷയുടെ നേരിയ വെളിച്ചം പോലും കടന്നുവരാത്ത ദിനങ്ങൾ.

ജീവിക്കാനുള്ള താല്പര്യം പതുക്കെ നഷ്ടപ്പെട്ടു കൊണ്ടിരുന്നു. ആ വീട്ടിൽ ഞാനൊരു അധികപ്പറ്റാണെന്ന തിരിച്ചറിവ് മനസ്സിനെ തളർത്തി.

'ഞാനെന്റെ വീട്ടിലേക്ക് പോവ്വാ.'

പ്രതീക്ഷ നശിച്ച വേളയിൽ ആരോടെന്നില്ലാതെ ഞാൻ വിളിച്ചു പറഞ്ഞു.

മദ്യലഹരിയിലായിരുന്ന അഖിലിൽ നിന്ന് മറുപടി പ്രതീക്ഷിക്കേണ്ടതില്ല.

'പോയ്ക്കോ. നീയിനി ഇങ്ങോട്ട് വരണമെന്നില്ല.'

പഴുതുകളടച്ച് അഖിലിന്റെ അമ്മ പറഞ്ഞു.

യാത്ര ചോദിക്കാൻ ആരുമില്ലാത്ത ആ വീട്ടിൽ നിന്ന് പടിയിറങ്ങി.

'നീയെന്താ ഒന്നും പറയാത്തത്. പ്രായമായ ഞങ്ങളുടെ തണലിൽ നീ എത്ര കാലം കഴിയും.'

അച്ഛനെ പിൻതാങ്ങി അമ്മ പറഞ്ഞു.

ജീവിതമെന്ന കടങ്കഥയ്ക്കു മുന്നിൽ ഒരു തീരുമാനമെടുക്കാൻ കഴിയാതെ മാനസികമായി തകർന്ന ദിനങ്ങൾ.

ഒടുവിൽ അതിനും ഒരന്ത്യമുണ്ടായി.

ഏറെ പരിഭ്രമത്തോടെയാണെങ്കിലും സമ്മതം മൂളേണ്ടി വന്നു.

വിദേശത്ത് ജോലിയുള്ള വൈഷ്ണവ് ജീവിതത്തിലേക്കു കടന്നുവന്നു.

പ്രതീക്ഷയുടെ പുതുനാമ്പുകൾ വീണ്ടും കിളിർക്കാൻ തുടങ്ങി. മോഹങ്ങൾക്കു ചിറകു വെച്ചു. പക്ഷേ, അവ പറന്നുയരാൻ വിധി അനുവദിച്ചില്ല. പ്രതീക്ഷിക്കാതെ കടന്നുവന്ന അച്ഛന്റെ മരണം. ദുഃഖം താങ്ങാനാവാതെ മനോനില തെറ്റിയ അമ്മ വെളിച്ചത്തെ ഭയന്ന് ഇരുട്ടിൽ അഭയം കണ്ടെത്തി.

'നിന്നെ കൊണ്ടുപോകാനാണ് ഞാൻ വന്നത്.'

ഉറച്ച തീരുമാനത്തോടെ വൈഷ്ണവ് പറഞ്ഞു.

ഞാൻ വൈഷ്ണവിനെ തന്നെ നോക്കി നിന്നു.

വിട്ടുവീഴ്ചയുടെ സാന്ത്വനത്തിന്റെ ഒരു നിഴലാട്ടവും ആ മുഖത്ത് കണ്ടില്ല.

മറുപടി പറയാൻ അശക്തയായിരുന്ന നിമിഷം.

വാക്കുകൾക്കു വേണ്ടി പരതി.

'നീ എന്താ ഒന്നും പറയാതെ മിഴിച്ചു നില്ക്കുന്നത്.'

എന്തു മറുപടി പറയണമെന്നറിയാതെ സ്തംഭിച്ചു നിൽക്കെ നിശ്ശബ്ദതയ്ക്കു വിരാമമിട്ടുകൊണ്ട് വൈഷ്ണവ് ചോദിച്ചു.

'അപ്പോൾ അമ്മ.'

അതൊരപേക്ഷയായിരുന്നു.

'അതൊന്നും എനിക്കറിയേണ്ട. എനിക്കെന്റെ ജീവിതമാണ് പ്രധാനം.'

വർദ്ധിച്ച കോപത്തോടെ വൈഷ്ണവ് മുഖം തിരിച്ചു പറഞ്ഞു.

വൈഷ്ണവിനും അമ്മയ്ക്കുമിടയിൽ വിധി എന്നെ തളച്ചിട്ടു.

ഒരു തീരുമാനത്തിലെത്താൻ കഴിയാത്ത നിസ്സഹായായവസ്ഥ. ഇരുട്ടിലെവിടെയോ ഭയപ്പെട്ടു കഴിയുന്ന അമ്മയുടെ മുഖം.

ആ മുഖം എന്നോട് യാചിക്കുകയോ അപേക്ഷിക്കുകയോ ചെയ്യുന്നില്ല.

തികഞ്ഞ നിർവ്വികാരത.

വൈഷ്ണവിന് മറുപടി കൊടുത്തേ കഴിയൂ.

അയാൾ അക്ഷമനായി മുന്നിൽ നില്ക്കുന്നു.

'വൈഷ്ണവ് നമുക്ക് പിരിയാം.'

തേങ്ങുന്ന മനസ്സിനെ ശാസിച്ചു നിർത്തിക്കൊണ്ട് ഒരുവിധം പറഞ്ഞൊപ്പിച്ചു.

വൈഷ്ണവ് നടന്നകലുന്നത് നിറകണ്ണുകളോടെ ഞാൻ നോക്കി നിന്നു.

കടലിൽ നിന്നു വീശിയ ശീതക്കാറ്റിലെ ജലകണങ്ങൾ മുഖത്ത് വീണു.

കടൽ തീരം കറുത്ത കമ്പളം പുതയ്ക്കാൻ തുടങ്ങിയിരിക്കുന്നു.

ഇരുട്ടിലെവിടെയോ ഒളിച്ചിരിക്കുന്ന അമ്മയെ തേടി അവൾ തീരത്തു നിന്ന് യാത്രയായി.

❁

രാധ രാധ മാത്രം

ശശിയേട്ടാ ശശിയേട്ടനോട് ഞാനൊരു കാര്യം ചോദിച്ചാൽ കൃത്യമായ ഉത്തരം പറയോ. വാഷ് ബേസിനിൽ നിന്ന് പാത്രം കഴുകിക്കൊണ്ടിരുന്ന അവൾ കഴുകി വൃത്തിയാക്കിയ പാത്രവുമായി എനിക്കഭിമുഖമായി നിന്നു.

ഉത്തരം പ്രതീക്ഷിച്ചു കൊണ്ടുള്ള ആ നില്പ് ഞാൻ ഏറെ നേരം നോക്കിനിന്നു. ക്ഷീണം കൊണ്ട് നിർവ്വികാരമായ മുഖം. ഒളിഞ്ഞും തെളിഞ്ഞും നര കയറിയ എണ്ണമയമില്ലാത്ത മുടി പിന്നിലേക്ക് വലിച്ചു കെട്ടിയിരിക്കുന്നു. സിന്ദൂര രേഖയിലെ നിറം മങ്ങിയ പൊട്ട്. മുപ്പതു വർഷത്തെ മാറ്റമില്ലാത്ത അടയാളം. രോഗം തളർത്തിയ ശരീരത്തിന്റെ അവശത വരണ്ട ചുണ്ടുകളിൽ പ്രകടമായിരുന്നു. കണ്ണുകൾക്ക് മാത്രം തിളക്കം കുറഞ്ഞിട്ടില്ല. രോഗത്തിലും കീഴടങ്ങാത്ത വശ്യമായ കണ്ണുകൾ. ആ കണ്ണുകൾ അവളുടെ മാത്രം പ്രത്യേകതയാണെന്ന് എനിക്ക് പലപ്പോഴും തോന്നിയിട്ടുണ്ട്. വലുപ്പം കുറഞ്ഞ് കുറുകിയ ആ കണ്ണുകളിലേക്ക് ഞാനെത്രയോ തവണ നോക്കിയിരുന്നിട്ടുണ്ട്. അവളെ കാണുമ്പോഴൊക്കെ ആ കണ്ണുകൾ എന്നിലേക്ക് ആദ്യം കയറി വരുന്ന അനുഭവം. പറഞ്ഞു തീരാത്ത ഇനിയും പറയാൻ ബാക്കിയുള്ള ഒട്ടേറെ കാര്യങ്ങളുണ്ടെന്ന് ആ കണ്ണുകൾ ഓരോ നോട്ടത്തിലും എന്നെ ഓർമ്മിപ്പിച്ചു കൊണ്ടിരുന്നു. കൺമഷിയെക്കാൾ കറുപ്പുള്ള ആ കണ്ണുകളിലേക്ക് ഞാൻ ഇമ വെട്ടാതെ നോക്കി നിന്നു.

'നീയെന്താ അവളെ തന്നെ തുറിച്ചു നോക്കുന്നത്.'

കനമുള്ള ആ ശബ്ദം കേട്ട് എനിക്ക് പരിസരബോധമുണ്ടായി.

ഭയവും ജാള്യതയും എന്നിൽ പടർന്നു കയറി.

അരുതാത്തത് എന്തോ ചെയ്തെന്ന സംശയം ബലപ്പെട്ട നിമിഷങ്ങൾ.

കുറ്റബോധം കൊണ്ട് എനിക്ക് തലയുയർത്തനായില്ല.

ഞാൻ ട്രൗസറിന്റെ വള്ളിയിൽ അമർത്തിപ്പിടിച്ചു.

നിമിഷങ്ങൾക്ക് ഒച്ചിന്റെ വേഗതയാണെന്നു തോന്നി.

ഓടി ഒളിക്കാനൊരിടം കിട്ടിയിരുന്നെങ്കിൽ.

പക്ഷേ, നിലത്ത് ഉറഞ്ഞുപോയതു പോലെ കാലുകൾക്ക് കനം വെച്ചിരിക്കുന്നു.

തെല്ല് ആശ്ചര്യത്തോടെയാണെങ്കിലും ഞാനവളെ നോക്കി.

എന്റെ പരിഭ്രമം കണ്ടിട്ടാവണം അവൾ ചിരിക്കുന്നു.

ആശ്വാസമായി.

അവളെങ്കിലും എന്റെ കൂടെ ഉണ്ടല്ലോ.

ചുമലിൽ തൂവൽസ്പർശം പോലെ ഒരു കൈ പതുക്കെ അമർന്നു.

അതെന്നെ പിന്നോട്ടടുപ്പിച്ചു.

തണുത്ത് ബലഹീനമായ ആ കൈ കുട്ട്യേടത്തിയുടേതാണെന്ന് ഞാൻ തിരിച്ചറിഞ്ഞു.

എന്റെ പരിഭ്രമമെല്ലാം നിമിഷം കൊണ്ട് പെയ്തിറങ്ങി.

കുട്ട്യേടത്തി എന്റെ മുഖമുയർത്തി നെറ്റിയിൽ ചുംബിച്ചു.

മുടിയിഴകളിലൂടെ വിരലോടിച്ചു.

എന്റെ അമ്മായിയാണെങ്കിലും കുട്ട്യേടത്തി എനിക്ക് സ്വന്തം അമ്മയാണ്.

ആ വീട്ടിലെ എല്ലാ സ്വാതന്ത്ര്യവും അനുഭവിക്കാൻ അവരെന്നെ അനുവദിച്ചു.

എന്റെ വെപ്രാളം കെട്ടടങ്ങിയെങ്കിലും ആ കനത്ത ശബ്ദത്തിന്റെ ഉറവിടം തേടി കണ്ണുകൾ അവിടമാകെ പരതി നടന്നു.

സേതു മാമൻ പരിസരത്തില്ലെന്ന് ബോദ്ധ്യമായി.

നരച്ച കട്ടി മീശയും ചുവന്ന കണ്ണുകളുമുള്ള സേതു മാമന്റെ മുഖം വായിച്ചെടുക്കുക പ്രയാസമാണ്.

കുറ്റി മുടിയും കാതിലെ കടുക്കനും ഇമവെട്ടാതെയുള്ള നോട്ടവും മുഖത്തെ ആ രൗദ്രഭാവത്തിന് കൂടുതൽ മിഴിവേകി.

'എടാ നീ ആ അന്ത്രൂന്റെ കടയിൽ പോയി വെറ്റില വാങ്ങിക്കൊണ്ടുവാ'

വെറ്റിലച്ചാന്തു കൊണ്ട് ചുവന്ന ചുണ്ടുകൾക്കിടയിൽ നിന്ന് വെളിയിലേക്ക് വരുന്ന ശബ്ദം ഗുഹാ മുഖത്ത് നിന്ന് വരുന്നതുപോലെ തോന്നിച്ചു.

എന്നോടുള്ള ഒരേ ഒരു നിർദ്ദേശം അതുമാത്രമാണ്.

പല്ല് വെളിക്ക് കാണാതെയുള്ള ആ ശബ്ദം ഞാൻ അനുകരിച്ചു രസിക്കാറുണ്ട്.

മധ്യവേനലവധി കഴിഞ്ഞ് സ്കൂൾ തുറക്കുന്ന ദിവസം. സന്തോഷവും സങ്കടവും ഒന്നിച്ചുണരുന്ന ദിനം. കുട്ട്യേടത്തിയുടെ വീട്ടിലെ ചരിഞ്ഞ മാവിൻ കൊമ്പത്തെ ഒഴിഞ്ഞ ഊഞ്ഞാൽ നോക്കി ഞാൻ സങ്കടപ്പെട്ടു. വേനൽക്കാല കളിതമാശകൾ അവസാനിച്ചിരിക്കുകയാണെന്ന് അതെന്നെ ഓർമ്മിപ്പിച്ചു.

ഞങ്ങളെയും കാത്ത് ഇളക്കമില്ലാതെ കിടക്കുന്ന ഊഞ്ഞാൽ, ഞാനില്ലാതെ അവൾ ഒറ്റയ്ക്കിരുന്നാടുന്നത് ഞാൻ സ്പ്നം കണ്ടു.

'നീയെന്താ വെളിയിൽ പോയിരിക്കുന്നത്.

സ്കൂളിൽ പോകേണ്ടേ.'

അകത്തുനിന്ന് അമ്മയുടെ ഓർമ്മപ്പെടുത്തൽ.

എന്റെ സ്വപ്നത്തിന് പെട്ടെന്ന് തിരശ്ശീല വീണു.

സ്കൂളും പരിസരവും കൂട്ടുകാരും കളിതമാശകളും വഴക്കുകളും ഓർമ്മയിലേക്ക് കയറിവന്നു.

നീണ്ട ഇടവേളയ്ക്കു ശേഷം കൂട്ടുകാരെ കണ്ടുമുട്ടുന്നതിന്റെ സന്തോഷം മനസ്സിൽ തിരയിളക്കി.

അതിന്റെ ആവേശത്തിൽ കുളിയും ഭക്ഷണവും കഴിഞ്ഞ് പുസ്തകകെട്ടെടുത്ത് പടിയിറങ്ങി.

മുറ്റത്തു നിന്ന് പറമ്പിലേക്ക് കയറി പടിഞ്ഞാറോട്ട് നോക്കി.

കാളിന്ദി വരണ്ടു കിടക്കുന്നു.

മഴയെ പ്രതീക്ഷിച്ചു കൊണ്ട് മണൽപരപ്പിൽ അവിടവിടെ വെള്ളക്കെട്ടുകളുമായി അവൾ തപസ്സിരിക്കുന്നു.

വെള്ളക്കെട്ടുകളെ ചുറ്റിനില്ക്കുന്ന മയിൽപീലി പുല്ലുകൾ. അവയുടെ തലപ്പത്തെ ചാരനിറമുള്ള രോമങ്ങൾ കാറ്റിൽ നൃത്തം വെച്ചു. അത് പറിച്ചെടുത്ത് കുട്ടികൾ കവിളിൽ തലോടി രസിക്കും. പറമ്പിൽ നിന്ന് കുട്ട്യേടത്തിയുടെ മുറ്റത്തേക്കിറങ്ങി. അത് പറമ്പിന്റെ തെക്കെ അതിരിലെ താഴ്ന്ന സ്ഥലമാണ്. മുറ്റം അവസാനിക്കുന്നത് കാളിന്ദിയിൽ. കാളിന്ദി മുറിച്ചു കടന്നാൽ മറുകരയിൽ സ്കൂൾ. മഴക്കാലത്ത് തീരത്തുള്ളവരുടെ ഏക ആശ്രയം ഹസൈനാരുടെ കടത്തുവഞ്ചിയാണ്. പുഴയുടെ ഓരം ചേർത്ത് അത് നിർത്തിയിട്ടിരിക്കുന്നത് ഇവിടെ നിന്ന് കാണാം. മഴ വന്ന് പുഴയിലെ വെള്ളം കനക്കാൻ വേണ്ടി കാത്തിരിക്കുകയാണ്.

കുട്ട്യേടത്തിയെ പ്രതീക്ഷിച്ചു കൊണ്ട് ഞാൻ വരാന്തയിലേക്ക് നോക്കി.

രാധ അണിഞ്ഞൊരുങ്ങി ഒരു കള്ളച്ചിരിയുമായി നിൽക്കുന്നു. ആ കാഴ്ച തികച്ചും അപ്രതീക്ഷിതമായിരുന്നു. കുളിച്ച് പുത്തനുടുപ്പിട്ട് നെറ്റിയിൽ ചന്ദനക്കുറിയുമായി എന്റെ കളിക്കൂട്ടുകാരി രാധ. അവൾ എന്നിൽ പ്രതീക്ഷയർപ്പിച്ചു കൊണ്ടുള്ള നില്പാണെന്ന് ഒറ്റ നോട്ടത്തിൽ മനസ്സിലായി. എന്റെ സന്തോഷത്തിന് അതിരില്ലായിരുന്നു. ഇതിനു മുമ്പ് രാധയെ ഞാൻ ഈ വിധം കണ്ടിട്ടില്ല. ഞാൻ അവളെ തന്നെ ഇമവെട്ടാതെ നോക്കി. തെല്ലൊരു ലജ്ജയോടെ അവൾ മുഖം താഴ്ത്തി.

'രാധയെ ഞാൻ നിന്നെ ഏല്പിക്കുന്നു. എന്റെ മോൾക്ക് ഒരു ബുദ്ധിമുട്ടും ഉണ്ടാവരുത്.'

ഉൽക്കണ്ഠ കൊണ്ട് സേതു മാമന്റെ കനത്ത ശബ്ദത്തിന് ഇടർച്ചയുണ്ടായിരുന്നു. 'അവളെ അവൻ പൊന്നു പോലെ നോക്കും. എനിക്കുറപ്പുണ്ട്. വെള്ളക്കെട്ടുകൾക്കരികിൽ പോകരുത് മോനെ. പലരും താഴ്ന്നു പോയ സ്ഥലാ.'

വാതിൽപ്പടിക്കപ്പുറത്തു നിന്ന് കുട്ട്യേടത്തി പറഞ്ഞു.

മകളുടെ കാര്യമോർത്ത് കുട്ട്യേടത്തിയുടെ മുഖം സന്തോഷത്താൽ തെളിഞ്ഞിരുന്നു.

ഞാനവളുടെ തളിരു പോലുള്ള കൈ പിടിച്ച് കോണിയിറങ്ങി.

കാളിന്ദിയുടെ മാറിലൂടെ നടന്നു.

ഞാൻ കാണുന്നില്ലെന്ന് കരുതി അവൾ വെള്ളാരം കല്ലുകൾ പെറുക്കിയെടുത്ത് ഉടുപ്പിന്റെ കീശയിലിട്ടു കൊണ്ടിരുന്നു.

വെള്ളാരം കല്ലുകൾ തേടി അവൾ ഒരു ചിത്രശലഭത്തെ പോലെ പുഴയിലാകെ ഓടി നടന്നു.

'നീ സ്കൂളിലേക്കാണ് പോകുന്നതെന്നറിയോ.

കല്ല് മുഴുവൻ വെളിയിലിട്.'

ക്ഷമ കെട്ട് ഞാനവളോട് കയർത്തു.

അവൾ എന്നെ നോക്കി മനസ്സില്ലാ മനസ്സോടെ കല്ലുകളോരോന്നായി താഴെയിട്ടു. മുഖം കുനിച്ചു നിന്നു.

ആ കുറുകിയ കണ്ണുകൾ ജലാർദ്രമായിരുന്നു.

അതെനിക്ക് അധിക നേരം കണ്ടു നില്ക്കാനായില്ല.

വെള്ളക്കെട്ടുകൾക്കിടയിൽ നിന്ന് മയിൽപ്പീലിപ്പുല്ല് പറിച്ചെടുത്തു ഞാനവളുടെ കവിളിൽ തലോടി.

ഇക്കിളി കൊണ്ടവൾ മതിമറന്നു ചിരിച്ചു. നാലുപാടും ഓടി. പിന്നാലെ

ഞാനും. രാധയും ഞാനും കാളിന്ദിയും പുഴയ്ക്കക്കരെയുള്ള സ്കൂളും ഞങ്ങളുടെ ലോകത്തിലെ കൂട്ടുകാരായി.

കാളിന്ദിയുടെ ഭാവമാറ്റങ്ങൾ ഞങ്ങളുടെ ജീവിതം ചിട്ടപ്പെടുത്തി.

മഴക്കാലത്ത് മണൽ തിട്ടകളും പറമ്പുകളും തട്ടിത്തകർത്ത് മരങ്ങളെ കടപുഴക്കിയെറിഞ്ഞ് കാളിന്ദി ഞങ്ങളോട് കയർത്തു.

കുത്തിയൊഴുകുന്ന വെള്ളത്തെ മുറിച്ചു കടക്കാൻ ഹസൈനാരുടെ കടത്തു വഞ്ചി പാടുപെട്ടു.

ഭീതിയുടെ നിഴലിലും കാളിന്ദിയിൽ കടലാസ് തോണിയിറക്കി രാധ സന്തോഷിച്ചു.

പല്ലില്ലാ ചിരി ചിരിച്ച് ഹസൈനാർ അതൊക്കെ നോക്കി നില്ക്കും.

മഴ അകലുന്നതോടെ കാളിന്ദിയുടെ പരിഭവം തീരും.

നീണ്ട വേനലിൽ അവൾ കുട്ടികളോടൊത്ത് കളിച്ചു രസിക്കും.

വെള്ളക്കെട്ടുകൾക്കിടയിലുള്ള മയിൽപ്പീലി പുല്ലുകൾ സമ്മാനമായി നൽകും.

കാളിന്ദി ഒഴുകി.

കാളിന്ദിയോടൊപ്പം കാലവും.

ശാന്തമായൊഴുകുന്ന കാളിന്ദിയെ നോക്കി ഞങ്ങളിരുന്നു. മഴ ഒഴിഞ്ഞതേയുള്ളൂ. കുത്തിയൊഴുകുന്ന വെള്ളത്തിന് മണ്ണിന്റെ നിറം. പായലും പാഴ്‌വസ്തുക്കളും ചുറ്റിക്കറങ്ങി മുങ്ങിത്താഴുന്നത് കൗതുകത്തോടെ നോക്കി നിന്നു.

ചുറ്റും കാളിന്ദി നക്കിത്തുടച്ച് വികൃതമാക്കിയ പുഴയോരം.

രാധ ഒന്നും പറഞ്ഞില്ല.

അവൾ ചെറുകല്ലുകളെടുത്ത് പുഴയിൽ എറിഞ്ഞു കൊണ്ടിരുന്നു.

'കാളിന്ദി ചെറുതായതു പോലെ എനിക്ക് തോന്നുന്നു. നിനക്കോ?'

നിശ്ശബ്ദതയ്ക്ക് വിരാമമിട്ടു കൊണ്ട് ഞാൻ ചോദിച്ചു.

അവൾ നിഷേധ ഭാവത്തിൽ തലയാട്ടി.

'കാളിന്ദി ചെറുതായതല്ല. നമ്മൾ വളർന്നതാണ്.'

അതൊരു തിരിച്ചറിവായിരുന്നു.

കുട്ട്യേടത്തിയും സേതുമാമനും വളർന്നു. വളർന്ന് വളർന്ന് അവർ മരണത്തിലേക്ക് നടന്നു പോയി.

വളരുന്നത് മരണത്തിലേക്കാണ്.

ഞാനത് രാധയോട് പറഞ്ഞില്ല.

ഞാനവളുടെ വശ്യമായ കണ്ണുകളിലേക്ക് നോക്കി.

ഈ കണ്ണുകളും ഒരുനാൾ വിടപറയും.

ഞാൻ രാധയെ നോക്കി നെടുവീർപ്പിട്ടു.

'ശശിയേട്ടനെന്താ എന്റെ ചോദ്യത്തിന് ഉത്തരം പറയാത്തത്.'

എവിടെയയെല്ലാമോ കറങ്ങി തിരിഞ്ഞ മനസ്സ് ഒടുവിൽ രാധയ്ക്ക് മുന്നിൽ വന്നുനിന്നു.

'രാധ ഒന്നും ചോദിച്ചില്ലല്ലോ.'

അവൾ മറുപടി പറഞ്ഞില്ലെങ്കിലും ആ മുഖത്തെ വികാരങ്ങളുടെ വേലിയേറ്റം ഞാൻ കണ്ടു.

കണ്ണുകൾ ഈറനണിഞ്ഞു.

'ഞാനിനി അധിക കാലം ജീവിച്ചിരിക്കില്ല.'

ഒടുവിൽ അവളതു മനസ്സിലാക്കി.

കണ്ണുനീർ തുള്ളികൾ നീർച്ചാലുകളായി കവിളിലൂടെ ഒഴുകി.

അവളെ ആശ്വസിപ്പിക്കാനുള്ള വാക്കുകൾക്കു വേണ്ടി ഞാൻ പരതി.

'അങ്ങിനെയൊന്നും സംഭവിക്കില്ല രാധേ.'

ഞാനതു പറഞ്ഞെങ്കിലും അവൾക്കത് ഉൾക്കൊള്ളാനായില്ല.

'ഞാൻ പോയാൽ ശശിയേട്ടൻ വേറെ കല്ല്യാണം കഴിക്കോ.'

അപ്രതീക്ഷിതമായ ചോദ്യത്തിനു മുന്നിൽ ഞാൻ തെല്ലിട സ്തംഭിച്ചു നിന്നു.

രാധ എന്നോട് വിടപറയുകയാണ്.

'പറയൂ ശശിയേട്ടാ'

ഒരു തീരുമാനത്തിലെത്താൻ എനിക്ക് ചിന്തിക്കേണ്ടിയിരുന്നില്ല.

'ഇല്ല, ഒരിക്കലുമില്ല.'

ഞാനവൾക്ക് വാക്കു കൊടുത്തു.

കാളിന്ദിയും രാധയും എന്റെ സുഖത്തിലും ദുഃഖത്തിലും തുല്യ പങ്കാളികൾ. അവരൊഴികെ മറ്റൊരു ബന്ധത്തെക്കുറിച്ച് ചിന്തിക്കാൻ ഞാൻ അശക്തനാണ്.

'പാടില്ല ശശിയേട്ടാ. എന്റെ കാല ശേഷം ശശിയേട്ടൻ മറ്റൊരു വിവാഹം കഴിക്കണം.'

രാധ ഉറച്ച സ്വരത്തിൽ പറഞ്ഞു.

'അല്ലേൽ എന്റെ ശശിയേട്ടൻ അനാഥനായിപ്പോവില്ലേ.'

അവൾ എന്റെ കൈ പിടിച്ച് വിതുമ്പിക്കരഞ്ഞു.

ഞാനവളെ മാറോടണച്ചു ആശ്വസിപ്പിക്കാൻ ശ്രമിച്ചു.

അവളെന്റെ കൈയ്യിൽ ബലമായി അമർത്തി.

'പറയൂ ശശിയേട്ടാ, ശശിയേട്ടൻ മറ്റൊരു വിവാഹം കഴിക്കില്ലേ.'

ഞാനവളുടെ ക്ഷീണിച്ച മുഖത്തേക്കു നോക്കി.

അതൊരു യാചനയായിരുന്നു. കലങ്ങിയ കണ്ണുകളുമായി അവൾ എന്നിൽ പ്രതീക്ഷയർപ്പിച്ച നിമിഷങ്ങൾ.

'കഴിക്കാം.'

അവളുടെ മനസ്സമാധാനത്തിനു വേണ്ടി മാത്രം ഞാനതു സമ്മതിച്ചു.

ഋതുഭേദങ്ങൾക്കനുസരിച്ച് കാളിന്ദി ഒഴുകിക്കൊണ്ടിരുന്നു. മഴക്കാലത്ത് രൗദ്രഭാവത്തോടെയും മഴ ഒഴിഞ്ഞാൽ ശാന്തമായും അവൾ പ്രതികരിച്ചു.

വേനൽക്കാലത്ത് വെള്ളക്കെട്ടുകളേയും ചേർത്ത് പിടിച്ച് അവളുറങ്ങി.

കാലം മുന്നോട്ടു പോയി.

പക്ഷേ, കാളിന്ദിയും രാധയും കുട്ട്യേടത്തിയും സേതുമാമനും ഓർമ്മയിൽ നിന്ന് മാഞ്ഞുപോയില്ല.

'അവൻ അവളെ പൊന്നു പോലെ നോക്കും. എനിക്കുറപ്പുണ്ട്. വെള്ളക്കെട്ടുകൾക്കടുത്ത് പോകരുത് മോനെ. എത്രയോ ആൾക്കാർ താഴ്ന്ന് പോയ സ്ഥലാ.'

വാതിൽപ്പടിക്കപ്പുറത്തു നിന്ന് ഒരുനാൾ കുട്ട്യേടത്തി പറഞ്ഞ വാക്കുകൾ.

മെയ് മാസ നിലാവിൽ കാളിന്ദിയിലെ പഞ്ചാര മണൽ വെട്ടിത്തിളങ്ങി.

വെള്ളക്കെട്ടുകൾക്കിടയിൽ നിന്ന് പൂക്കൾ കാറ്റിൽ ഇളകിയാടി.

അവയ്ക്കിടയിൽ നിന്ന് മയിൽപ്പീലി പുല്ലുകൾ പറിച്ചെടുത്തു കവിളിൽ തലോടി രാധ ചിരിച്ചു.

അവളുടെ വെളുത്ത സാരി കാളിന്ദിയോളം വളർന്നിരുന്നു. ആകാശത്തേക്കു പടർന്നു കയറിയ കറുത്ത മുടിയിഴകൾ.

ഞാനവളുടെ വശ്യമായ കുറുകിയ കണ്ണുകളിലേക്ക് നോക്കി.

'എന്നെ മനസ്സിലായില്ലേ. ഇത് ഞാൻ. ശശിയേട്ടന്റെ സ്വന്തം രാധ.'

അയാൾ ചുറ്റും നോക്കി. തികഞ്ഞ നിശ്ശബ്ദത. ആ നിശ്ശബ്ദതയെ ഇടയ്ക്ക് മുറിവേല്പിച്ചുകൊണ്ട് രാക്കിളിയുടെ ശബ്ദം.

രാധയും ഞാനും മാത്രം.

'വരൂ ശശിയേട്ടാ. നമുക്കീ വെള്ളക്കെട്ടുകൾക്കിടയിൽ നിന്ന് മയിൽ പീലി പുല്ലുകൾ പറിച്ചെടുത്ത് കവിളിൽ തലോടി രസിക്കാം.'

രാധ വിളിക്കുകയാണ്.

നീണ്ട കാത്തിരിപ്പിനു ശേഷം രാധ ക്ഷണിക്കാൻ വന്നിരിക്കുന്നു.

അയാൾ രാധയോടൊപ്പം ചേരാൻ ആഗ്രഹിച്ചു.

രാധയല്ലാതെ അയാൾക്ക് മറ്റാരുമില്ല.

ആരോടും അനുവാദം ചോദിക്കേണ്ടതില്ല.

വാതിൽ തുറന്നു പുറത്തേക്കിറങ്ങി.

നിലാവു പെയ്യുന്ന രാത്രിയിൽ ഒരു നിഴലായി അയാൾ കാളിന്ദിയുടെ മാറിലൂടെ നടന്നു.

വെള്ള മണൽ ചവുട്ടിത്തെറിപ്പിച്ച് ചുഴറ്റിയടിച്ച കാറ്റിനെ വകഞ്ഞു മാറ്റി വെള്ളക്കെട്ടിനെ ലക്ഷ്യമാക്കി നടന്നു.

രാധ ചിരിച്ചുകൊണ്ട് മയിൽപ്പീലി പുല്ലുകൾ വച്ചു നീട്ടി.

അത് എത്തി പിടിക്കാൻ അയാൾ കൈകളുയർത്തി.

അടുക്കുന്തോറും രാധ അകന്നകന്നു പോയിക്കൊണ്ടിരുന്നു.

രാധ വച്ചു നീട്ടിയ മയിൽപ്പീലി പുല്ലുകൾ എത്തിപ്പിടിക്കവെ വെള്ള ക്കെട്ടുകൾക്കിടയിൽ ശശിയേട്ടന്റെ നിഴൽ മറഞ്ഞു.

☸

കാതറിൻ ലൂയിസ് പിന്നെ മറ്റൊരാളും

അന്നൊരു ഞായറാഴ്ചയായിരുന്നുവെന്ന് ഓർക്കുന്നു. പട്ടണത്തിൽ കൂടിയുള്ള എന്റെ നടത്തം മിക്കവാറും ദിവസങ്ങളിൽ ചെന്നവസാനിക്കുക കടൽ തീരത്തായിരിക്കും. കൂട്ടുകാരിലാരെങ്കിലും മുന്നിൽ ചാടി വന്നു കുശലം പറഞ്ഞെങ്കിൽ പതിവ് രീതി തെറ്റും. സായാഹ്ന നടത്തമാണതെന്ന് അവരിൽ പലർക്കും അറിയാവുന്നതു കൊണ്ട് ചുരുക്കം ചില സന്ദർഭങ്ങളിലെ അങ്ങിനെ സംഭവിക്കാറുള്ളൂ.

പുതിയ കാഴ്ചകളൊന്നും മുന്നിലേക്ക് കടന്നുവരാനില്ലാത്ത വൃത്തിഹീനമായ ചെറുപട്ടണം. ചരിത്ര ശേഷിപ്പിന്റെ ഓർമ്മകൾ അയവിറക്കി കഴിയുന്ന അലസരായ ജനങ്ങളും ഇടത്തെരുവുകളും. ഇതൊരു പൈതൃക പട്ടണമാണെന്ന് വിളിച്ചോതുന്ന തെളിവുകൾ പട്ടണത്തിന്റെ ചെറിയ കാൻവാസിൽ അവിടവിടെ അടയാളപ്പെടുത്തിയിട്ടുണ്ട്. എണ്ണമറ്റ ഇടത്തെരുവുകൾ വലയം ചെയ്തിരിക്കുന്ന പട്ടണത്തിന്റെ പിന്നാമ്പുറങ്ങൾ. ഓരോ ഇടത്തെരുവും ചെന്നവസാനിക്കുന്നത് ഏതെങ്കിലും കവലയിലായിരിക്കും.

ഇടത്തെരുവിന്റെ വൃത്തിഹീനമായ പരിസരവും ആൾ തിരക്കും പിന്നിട്ട് ഞാൻ പ്രധാന കവലയിലെത്തിച്ചേർന്നു. ഒരു നിമിഷം ശ്വാസം നേരെ വീണതുപോലെ തോന്നി. മുന്നിൽ ഇടവേളകളില്ലാതെ ശബ്ദമുണ്ടാക്കി ഓടുന്ന വാഹനങ്ങളുടെ പരിസരത്ത് എന്റെ ആശ്വാസം നിമിഷ നേരം കൊണ്ട് കെട്ടടങ്ങി. യന്ത്രങ്ങളുടെ കാതടപ്പിക്കുന്ന ബഹളമായ മറ്റൊരു ലോകം. പരിചിതമെങ്കിലും ഓരോ കാഴ്ചയും വ്യത്യസ്തമെന്ന തിരിച്ചറിവോടെ കവലയിൽ നിന്ന് ഇടത്തോട്ട് തിരിയുന്ന ഉയർന്ന നടപ്പാതയിലേക്ക് ഞാൻ കയറി നിന്നു. മുന്നിൽ ചമയങ്ങളൊന്നുമില്ലാതെ തെല്ലൊന്ന് ക്ഷീണിച്ച മുഖവുമായി പഴയ കാല പള്ളിക്കൂടം. ആധുനി

കതയുടെ ഒറ്റപ്പെട്ട കോൺക്രീറ്റ് നിർമ്മിതികൾക്കിടയിൽ നഷ്ട പ്രതാപ ത്തോടെ തലയുയർത്തി നില്ക്കുന്നു. വാഹനത്തിരക്കിന്നിടയിൽ ഒളിഞ്ഞും തെളിഞ്ഞും കാണുന്ന ചന്തമേതുമില്ലാത്ത കുള്ളൻ ചെറുകടകൾ റോഡി ന്നിരുവശത്തും. കൊടിതോരണങ്ങൾ പോലെ തൂക്കിയിട്ടിരിക്കുന്ന പത്ര മാസികകൾ അവയുടെ മുഖം മറച്ചിരിക്കുന്നു. റോഡിലും നടപ്പാതയിലും വഴിയോരക്കടകളിലും ഒറ്റയ്ക്കും കൂട്ടായും ഒഴുകുന്ന ജനം. പെരുത്ത ജനത്തെയും വാഹനങ്ങളെയും ഉൾക്കൊള്ളാനാവാതെ സായിപ്പിന്റെ പഴയ പട്ടണം വീർപ്പുമുട്ടി. ആൾത്തിരക്കിന്നിടയിൽ ഇടുങ്ങിയ നടപ്പാത യിൽ ഏറെ നേരം നിൽക്കാനാവില്ല. ആ ഒഴുക്കിൽ ഒരാളാവാൻ അധിക സമയം വേണ്ടിവന്നില്ല.

ആധുനികതയുടെ മുഖാവരണമിട്ട പട്ടണത്തിന്റെ ഹൃദയ ഭാഗത്ത് മുഖാമുഖം നില്ക്കുന്ന കോൺക്രീറ്റ് കെട്ടിടങ്ങൾ. അവയ്ക്കിടയിലെ വീതി കൂടിയ റോഡിന്റെ തെക്കെ അറ്റത്ത് അധിനിവേശത്തിന്റെ അട യാളമായ ചരിത്ര നിർമ്മിതി. കാലപ്പഴക്കം കൊണ്ട് കറുത്തിരുണ്ടു പോയ ചെങ്കൽ കോട്ട പുതിയ കാല കെട്ടിടങ്ങൾക്കിടയിൽ ഒരപസ്വരം പോലെ തോന്നിച്ചു. തെക്ക് അറബിക്കടലിനെ നോക്കി തുറമുഖ നഗരത്തിന്റെ ഭൂതകാലം അയവിറക്കി അതവിടെ നൂറ്റാണ്ടുകളായി നില്ക്കുന്നു. കോട്ട ഭരണാധികാരികളും ബ്രിട്ടീഷ് പടയാളികളും ഗ്രാമീണരും ഒന്നിച്ചു ചേർന്ന ഭൂതകാലം. തീരത്ത് നങ്കൂരമിട്ടിരിക്കുന്ന ചരക്കു കപ്പലുകളും കരയോട് ചേർന്നു കിടക്കുന്ന പാണ്ടികശാലകളും സജീവമായിരുന്ന നാളുകൾ. കിഴക്കൻ മലയോരത്ത് നിന്നെത്തിയ സുഗന്ധവ്യഞ്ജനങ്ങളെക്കൊണ്ട് സുഗന്ധപൂരിതമായ തെരുവുകളും ഇടത്തെരുവുകളും. അതൊക്കെ ഇന്നൊരു പഴങ്കഥ.

പഴയ കാല പ്രൗഢിയുടെ കഥകൾ നുണഞ്ഞു നടക്കവെ മനം മടു പ്പിക്കുന്ന ഗന്ധം കാറ്റിലൂടെ ഒഴുകിയെത്തി. പട്ടണത്തിന്റെ വൃത്തിഹീന മായ പിന്നാമ്പുറകാഴ്ചകളുടെ ഘോഷയാത്ര ഇവിടെ വെച്ച് തുടങ്ങുക യായി. ദുർഗന്ധം വമിക്കുന്ന കടൽതീര വഴികൾ. ടാർ ചെയ്ത റോഡാ ണെങ്കിലും അതിന്റെ തെളിവുകളൊന്നും അവശേഷിച്ചിട്ടില്ല. മാർക്കറ്റിൽ നിന്നൊഴുകിയെത്തുന്ന അഴുക്കു വെള്ളം കെട്ടിക്കിടക്കുന്ന ഓടകൾ. ഇവിടെ കാലം മുന്നോട്ടു പോകുന്നില്ലെന്ന് തോന്നി. അത് എന്തിനെയോ ഭയന്ന് സ്തംഭിച്ചിരിക്കുകയാണ്. മുന്നിൽ എല്ലാം ഏറ്റുവാങ്ങുന്ന കടൽ. നീണ്ടു മെലിഞ്ഞ തീര റോഡ് നോക്കെത്താ ദൂരത്തോളം കടലിനെ നോക്കി കിടക്കുന്നു. റോഡിന്റെ ഇടതു ഭാഗത്ത് സ്മാരക ശിലകൾ പോലെ എഴുന്നുനിൽക്കുന്ന പാണ്ടികശാലകളുടെ അവശിഷ്ടങ്ങൾ. കാല ത്തിന്നനുയോജ്യമല്ലാത്ത പരിഹാസ കഥാപാത്രങ്ങളെപ്പോലെ അവ തീർത്തും അവഗണിക്കപ്പെട്ട നിലയിലാണ്. തീരത്തോട് ചേർന്നു

നില്ക്കുന്ന കടൽപാലം ചരിത്രത്തിലെ ഓർമ്മ തെറ്റുപോലെ കടലിലേക്ക് നീണ്ടു കിടക്കുന്നു. കോൺക്രീറ്റടർന്നു ശോഷിച്ച കാലിൽ എഴുന്നേറ്റു നിൽക്കാൻ പാടുപെടുകയാണതെന്നു തോന്നും.

തീരത്ത് ഞായറാഴ്ചയുടെ തിരക്ക്. പാലത്തിലും പരിസരത്തും ജനം നിറഞ്ഞു. നീല കമ്പളം പുതച്ച കടലിന്റെ തീരത്ത് വർണങ്ങൾ പെയ്തിറങ്ങിയ അനുഭവം. ആൾക്കൂട്ടത്തിന്റെ ആരവങ്ങൾക്കിടയിൽ വഴി വാണിഭക്കാരുടെ ചിലമ്പിച്ച ശബ്ദങ്ങൾ. ഹിന്ദിയും മറാട്ടിയും തമിഴും മലയാളവും ഇടകലർന്ന കശപിശകൾ. അന്യദേശ തൊഴിലാളികളുടെ വരവോടെ ജനസമുദ്രമായി തീരാൻ തുടങ്ങിയ കടൽ തീരം. വൃത്തിഹീനവും ജയിലറകളെ ഓർമ്മിപ്പിക്കുന്നതുമായ ലോഡ്ജുകളിൽ ചേക്കേറിയ അവർക്ക് മുന്നിലെ വിശാലമായ കടൽ തീരം ഒരു സാന്ത്വന സ്പർശമായി അനുഭവപ്പെട്ടു.

തിരക്കിൽ നിന്നൊഴിഞ്ഞു മാറി ഞാൻ കിഴക്കോട്ടേക്ക് നടന്നു. ടൈൽസ് പാകിയ നടപ്പാതയ്ക്കരികിലുള്ള ഭിത്തിയിൽ സ്ഥലം കണ്ടെത്തി. താഴെ കരിങ്കൽ തടയണയിൽ ആഞ്ഞടിക്കുന്ന തിരമാലകൾ. അവ പളുങ്കു മണികളായി ചിതറിത്തെറിച്ചു കടലിലേക്കു തന്നെ വീണുകൊണ്ടിരുന്നു. ആ കാഴ്ചയ്ക്കപ്പുറം കടലിലേക്ക് ഉറ്റുനോക്കുന്ന കടൽ പാലം.

കടലിന്റെ ഇരമ്പലിനും ജനക്കൂട്ടത്തിന്റെ ആരവങ്ങൾക്കുമിടയിൽ പതിവുജോലികളിൽ ഏർപ്പെട്ടിരിക്കുന്ന തൊഴിലാളികൾ. ചെറുവള്ളങ്ങൾ തീരത്തോടടുക്കുകയും പോയ്ക്കൊണ്ടുമിരുന്നു. വള്ളങ്ങളിൽ കണ്ണുംനട്ട് ആകാശത്ത് വട്ടമിട്ടു പറക്കുന്ന പറവകൾ. അവയുടെ കാതടപ്പിക്കുന്ന ശബ്ദം. തീരത്ത് എങ്ങും ഉത്സവപ്രതീതി. വൃത്തിഹീനമായ ഈ ഇടത്തെരുവിലേക്ക് ജനം വന്നു നിറയുന്നത് എന്നെ പലപ്പോഴും ആശ്ചര്യപ്പെടുത്തിയിട്ടുണ്ട്. ആകാശത്തെ അതിരിട്ടു നില്ക്കുന്ന കടലിന്റെ വശ്യമായ പുഞ്ചിരിയിൽ ജനം എല്ലാം മറക്കുന്നു. എല്ലാവരേയും തന്നിലാകർഷിക്കാൻ കഴിവുള്ള ഒരു നിത്യ കന്യകയെ പോലെ അവൾ. കടലിന്റെ ഓളപ്പരപ്പിലേക്ക് ഞാൻ നോക്കി നിന്നു. എന്തെന്ത് ചരിത്ര മുഹൂർത്തങ്ങൾക്ക് ഇവൾ സാക്ഷിയായി. ആരൊക്കെ അവളുടെയടുത്ത് വന്നും പോയ്ക്കൊണ്ടുമിരുന്നു. മാറ്റത്തിന്റെ കാലചക്രം തിരിയുമ്പോഴും മാറ്റമില്ലാത്ത പ്രഹേളികയായി അവൾ മാത്രം.

കുടുംബമായും ഒറ്റയായും വന്ന സന്ദർശകരെ കൊണ്ട് നിറഞ്ഞ കടൽപാലം. അവർക്കിടയിലൂടെ ഒഴുകി നടക്കുന്ന കച്ചവടക്കാർ. അവരുടെ ഉന്തുവണ്ടികളിൽ കെട്ടിത്തൂക്കിയിട്ടിരിക്കുന്ന ബലൂണുകൾ കാറ്റിൽ ഇളകിയാടി. ഞായറാഴ്ചയുടെ സായാഹ്നം ആഘോഷിക്കാനെത്തിയവർ

വന്നും പോയ്ക്കൊണ്ടുമിരുന്നു. നോക്കി നിൽക്കെ ആ കാഴ്ചയിലേക്ക് തികച്ചും അപ്രതീക്ഷിതമായി സുഹൃത്ത് ജോസും കുടുംബവും കയറി വന്നു.

ജോസിനെ കണ്ടിട്ട് കാലം എത്രയായി കാണും.

ഓർമ്മകൾ പലതും കൊഴിഞ്ഞു പോയിരിക്കുന്നു.

വർഷങ്ങൾ എത്ര വേഗമാണ് കടന്നുപോയ്ക്കൊണ്ടിരിക്കുന്നത്.

'ഞാനെത്രയും വേഗം തിരിച്ചുവരും.'

പ്രതീക്ഷിക്കാതെ ലഭിച്ച ട്രാൻസ്ഫർ ഓർഡർ ഉയർത്തിപ്പിടിച്ച് ജോസ് പറഞ്ഞു. പ്രതീക്ഷാ നിർഭരമായ വാക്കുകൾക്കിടയിൽ ഒളിപ്പിച്ചു വെച്ച ദുഃഖത്തിന്റെ നിഴലാട്ടം.

അത് ഞങ്ങളിൽ പലരും വായിച്ചെടുത്തു.

അന്യദേശക്കാരനാണെങ്കിലും വളരെക്കാലത്തെ സ്ഥിരതാമസം ജോസിനെ ഇന്നാട്ടുകാരനാക്കി മാറ്റിക്കഴിഞ്ഞിരുന്നു.

ഭാര്യയേയും മകനെയും തനിച്ചാക്കി വിട്ടുപിരിയുന്നതിലുള്ള മനോവിഷമം അയാളെ അലട്ടി.

ജോസ് അതൊന്നും പുറത്തു പറഞ്ഞിരുന്നില്ല.

ഞങ്ങളത് ഊഹിച്ചു.

യാത്രയയപ്പ് വേളയിലെ നിരുന്മേഷമായ മുഖം ഇന്നും മനസ്സിൽ നിന്ന് മാഞ്ഞുപോയിട്ടില്ല.

അകലെ നിന്നാണെങ്കിലും ജോസിനെ കണ്ടതിന്റെ സന്തോഷം മനസ്സിൽ അലയടിച്ചു.

വലത്തോട്ട് അല്പം തലവെട്ടിച്ചുള്ള നടത്തം. ഏത് ആൾക്കൂട്ടത്തിനിടയിൽ നിന്നും ജോസിനെ കണ്ടുപിടിക്കാൻ എളുപ്പമാക്കി.

കൂടെ ഭാര്യ കാതറിനും മകൻ ലൂയിസും.

ഒരു യൂറോപ്യൻ വനിതയുടെ കെട്ടും മട്ടും ഭാവവുമുള്ള കാതറിൻ ജോസിന് യോജിച്ച പെണ്ണു തന്നെ.

ഇങ്ങകലെ ഇരിക്കുന്ന എന്നെ അവർ കണ്ടിട്ടില്ല.

വിളിക്കണോ വേണ്ടയോ.

വളരെ കാലത്തിനു ശേഷമുള്ള കൂടിക്കാഴ്ചയാണ്.

സംസാര പ്രിയനായ ജോസിന് പരിചിതരെ കണ്ടാൽ വീടും നാടും സമയവും മറന്നുപോകും.

അവരുടെ സ്വകാര്യതയിലെ ഇടപെടൽ ഒരുപക്ഷേ, ഭാര്യ കാതറിനും

ഇഷ്ടപ്പെട്ടെന്നു വരില്ല.

നേരം ആറുമണി കഴിഞ്ഞിരിക്കുന്നു.

ഒടുവിൽ ബുദ്ധിമുട്ടിക്കേണ്ടെന്ന് സ്വയം സമാധാനിച്ചിരിക്കെ ജോസും കുടുംബവും വലത്തോട്ടുള്ള റോഡിലേക്ക് കയറിക്കഴിഞ്ഞു.

ജോസ് ഭാഗ്യവാനാണ്. സുന്ദരിയായ ഭാര്യ കാതറിൻ. അവരുടെ ഏക മകൻ ലൂയിസ്. ആ സന്തുഷ്ട കുടുംബം അകന്നു പോകുന്നത് ഞാൻ നോക്കി നിന്നു. പട്ടണത്തിലേക്ക് വഴിപിരിയുന്ന റോഡിലേക്ക് കയറുന്നതുവരെ ആ കാഴ്ച മനസ്സിൽ തങ്ങിനിന്നു.

അകലെ നിന്നാണെങ്കിലും ആ കാഴ്ച അവസാനത്തേതായിരിക്കുമെന്ന് കരുതിയില്ല.

സ്വപ്നത്തിൽ പോലും.

ഒടുവിൽ അതും സംഭവിച്ചു.

ആ കുടുംബ ഫോട്ടോയിൽ നിന്ന് ജോസ് എന്നന്നേക്കുമായി മാഞ്ഞുപോയിരിക്കുന്നു.

വർഷങ്ങൾ കഴിഞ്ഞു കാണും.

ഒരു പതിവു ദിനം.

മനസ്സ് ഫയലുകൾക്കിടയിൽ മുങ്ങി താഴവെ അപ്രതീക്ഷിതമായി അന്നത്തെ പത്രം മേശമേൽ വന്നു വീണു. തൊട്ടടുത്ത് റീഡിങ്ങ് റൂം ഉള്ളതുകൊണ്ട് പത്രം ആരും ഓഫീസിൽ കൊണ്ടുവരുന്ന പതിവില്ല. തീരെ പ്രതീക്ഷിക്കാത്തതു സംഭവിച്ചതുകൊണ്ട് ഞാൻ ഫയലിൽ നിന്ന് മുഖമുയർത്തി നോക്കി. ക്ലാർക്ക് വിനോദ് പത്രത്തിലേക്ക് വിരൽ ചൂണ്ടിക്കൊണ്ട് നിൽക്കുന്നു.

ആ മുഖത്ത് ദുഃഖത്തിന്റെ നിഴലാട്ടം.

ഞാനതു ശ്രദ്ധിച്ചു.

അവൻ ഒന്നും പറയാതെ പത്രത്തിലേക്ക് തന്നെ വിരൽ ചൂണ്ടിക്കൊണ്ട് നില്പാണ്.

ഞാൻ പത്രത്തിലേക്ക് നോക്കി.

ചരമ കോളം.

ഉദ്വേഗത്തോടെ ഞാൻ പത്രം തിരിച്ചുപിടിച്ചു.

മറ്റു പലരുടെയും ഫോട്ടോയ്ക്കിടയിൽ നിന്ന് ജോസ് എന്നെ നോക്കി ചിരിച്ചു.

ആ വശ്യമായ പുഞ്ചിരി എന്നന്നേക്കുമായി നിലച്ചിരിക്കുന്നുവെ

ന്നോർത്തപ്പോൾ ഹൃദയം പിടഞ്ഞു.

ഞാൻ വിനോദിന്റെ മുഖത്തേക്ക് നോക്കി.

അവൻ ഒന്നും പറയാതെ തിരിച്ചു പോയി.

ഓഫീസ് മുറിയിൽ ദുഃഖം തളംകെട്ടി നിന്ന നിമിഷങ്ങൾ.

'അകാലത്തിലെ ഈ മരണം എങ്ങിനെ സംഭവിച്ചു.'

ആൾക്കൂട്ടത്തിന്നിടയിൽ നിന്ന് ഞാനറിയാതെ വാക്കുകൾ പുറത്തു വന്നു.

'അമിത മദ്യപാനം അല്ലാതെന്ത്. മദ്യപിച്ച് അയാൾ ഒരു കുടുംബത്തെ അനാഥമാക്കി.'

തെല്ല് ദേഷ്യത്തോടെ അവരിലൊരാൾ മറുപടി പറഞ്ഞു.

പതുക്കെയാണെങ്കിലും ആ വാക്കുകളിൽ നിറഞ്ഞു നിന്ന കുറ്റപ്പെടുത്തൽ അംഗീകരിക്കാൻ എന്റെ മനസ്സ് വിഷമിച്ചു.

ദുഃശ്ശീലങ്ങളൊന്നുമില്ലാത്ത സൗമ്യനായ ജോസ് അപ്പോഴും ഞങ്ങളുടെ മനസ്സിൽ നിറഞ്ഞുനിന്നു. ഓർമ്മയിൽ ഒരിക്കൽ പോലും വഴിവിട്ട ജീവിതം നയിച്ചുകണ്ടിട്ടില്ലാത്ത മനുഷ്യൻ.

പിന്നെ ഇതെങ്ങിനെ സംഭവിച്ചു.

എന്റെ ചോദ്യത്തിന് മറുപടി ഉണ്ടായില്ല.

മനസ്സുപോലും മറുപടി പറയാൻ വിസമ്മതിച്ചു.

കുന്നിൻ മുകളിലെ ഇംഗ്ലീഷ് ചർച്ചിന്റെ സെമിത്തേരിയിൽ ജോസ് ഉറങ്ങി.

ഒരിക്കലും ഉണരാത്ത ഉറക്കം.

കുന്നിന്റെ തെക്കു ഭാഗത്ത് താഴെ നീല കമ്പളം പുതച്ചു കിടക്കുന്ന കടൽ. കടലിൽ നിന്ന് വീശിയ ഇളംകാറ്റ് പള്ളിപ്പറമ്പിലെ ഓക്കു മരങ്ങളെ തലോടിക്കൊണ്ട് കടന്നുപോയി. സെമിത്തേരിയിലെ കുഴിമാടങ്ങളിൽ വീണു കിടന്നിരുന്ന കരിയിലകൾ കാറ്റിൽ പറന്നകന്നു. കുഴിമാടത്തിലെ മാർബിൾ ഫലകം ഇവിടെ നിന്ന് നോക്കിയാൽ വ്യക്തമായി കാണാം. അതിലെഴുതിയ കറുത്ത അക്കങ്ങൾ ജോസ് ഈ ലോകത്ത് ജീവിച്ച കാലം സാക്ഷ്യപ്പെടുത്തുന്നു.

മൗനം കനംവെച്ച് തുടങ്ങിയ നിമിഷങ്ങൾ.

സെമിത്തേരിയിൽ പരിചിതരായി ഞാനും ജോസും മാത്രം.

പുറംകാഴ്ചയിൽ നിന്ന് ഞാൻ മനസ്സിലേക്ക് മടങ്ങി.

അവിടെ നിർവ്വികാരനായ ജോസിന്റെ മുഖം തെളിഞ്ഞുനിന്നു.

ജോസ് നീ മദ്യപിക്കുമായിരുന്നോ.

വളരെക്കാലമായി ചോദിക്കാനിരുന്ന ചോദ്യം ഞാൻ മനസ്സിലേക്ക് തൊടുത്തുവിട്ടു.

'ഇല്ല.'

'മദ്യത്തിൽ മുങ്ങിച്ചാവേണ്ടതാണ് ജീവിതമെന്ന് ഞാൻ ഒരിക്കൽ പോലും കരുതിയിരുന്നില്ല.'

'പക്ഷേ....' ജോസ് നിറുത്തി.

അയാളുടെ മുഖത്തെ ഭാവമാറ്റം ഞാൻ ശ്രദ്ധിച്ചു.

അത് നിർവ്വികാരതയാണോ പകയാണോ നിരാശയാണോ.

വായിച്ചെടുക്കാൻ എനിക്ക് കഴിഞ്ഞില്ല.

'പക്ഷേ അങ്ങിനെ സംഭവിച്ചു. എനിക്ക് ജീവിതം ഉപേക്ഷിക്കേണ്ടി വന്നു. അവൾ... അവൾ മാത്രമാണതിന് കാരണക്കാരി.'

ജോസ് തുടർന്നു.

'അവൾ വഞ്ചകിയാണ്.'

അല്പനേരത്തെ മൗനത്തിന് ശേഷം അയാൾ പറഞ്ഞു.

ഇതു പറയുമ്പോൾ അയാളുടെ മുഖത്തെ പേശികൾ വലിഞ്ഞു മുറുകിയിരുന്നു.

അയാൾ എന്തോ വീണ്ടും പറയാൻ ഒരുങ്ങി.

പക്ഷേ അത് ഉറക്കെ ആയിരുന്നില്ല.

'ഭർത്താവിനെ കബളിപ്പിച്ച് കാമുകനെ സ്വീകരിച്ച വഞ്ചകി.'

ഒരു മർമ്മരം പോലെ അയാൾ എന്റെ കാതിൽ മന്ത്രിച്ചു.

കടൽ തീരത്തു നിന്നെത്തിയ കാറ്റിന്റെ സീൽക്കാരവും ജോസിന്റെ ശബ്ദവും എനിക്ക് വേർതിരിച്ചറിയാനായില്ല.

ഞാൻ തെറ്റിദ്ധരിക്കപ്പെട്ടതാണോ.

ഒക്കു മരങ്ങൾക്കിടയിൽ അപ്പോഴും കടൽക്കാറ്റ് തങ്ങി നിന്നിരുന്നു.

ജോസിനെക്കുറിച്ചുള്ള നാട്ടുവർത്തമാനങ്ങൾ ഓർത്തിരിക്കെ ഒരു കൈ എന്റെ ചുമലിൽ പതിച്ചു.

'ഈ ഇരുട്ടിയ നേരത്ത് എന്താണിവിടെ ഒറ്റയ്ക്കിരിക്കുന്നത്.'

ഫാദർ ക്ലീറ്റസ് എന്നെ ഓർമ്മപ്പെടുത്തി.

ഇരുട്ട് പെയ്തിറങ്ങാൻ തുടങ്ങിയ കുന്നിൻ മുകളിൽ നിന്ന് പടിയിറങ്ങി ഞാൻ പട്ടണത്തിലെ വെളിച്ചത്തെ ലക്ഷ്യമാക്കി നടന്നു.

ജീവിതത്തിലെ പതിവ് ദിനങ്ങൾ മുന്നോട്ടു പോയ്ക്കൊണ്ടിരിക്കെ ജോസിന്റെ രൂപം ക്രമേണ അവ്യക്തമാവാൻ തുടങ്ങി.

എന്റെ സായാഹ്ന യാത്രയിലെ ഓർമ്മയിൽ വല്ലപ്പോഴും കടന്നു വരുന്ന അതിഥി. ഈ കടൽ തീരത്ത് ഇനി ജോസിനെ തിരയേണ്ടതില്ല.

അയാൾ അനന്തതയിലെവിടെയോ ഇടം കണ്ടെത്തിയിരിക്കുന്നു.

കടൽ തീരത്തെ വെള്ള മണലിൽ കുട്ടികൾ വീടുണ്ടാക്കി കളിക്കുന്നു ഞായറാഴ്ചയുടെ പൊലിമ തീരത്ത് കണ്ടു തുടങ്ങി.

പതിവ് ദിനങ്ങളിലെ വിരസതയുടെ ഭാണ്ഡം ഇറക്കിവെക്കാൻ ആൾക്കാർ ഇവിടെയെത്തുന്നു.

തീരത്തും കടലിലേക്ക് നീണ്ടു കിടക്കുന്ന പാലത്തിലുമിരുന്ന് പടിഞ്ഞാറൻ ചക്രവാളത്തിലെ അന്തിച്ചുവപ്പു കണ്ട് അവർ മടങ്ങുന്നു.

മറ്റൊരു ദിവസത്തിനായി.

'സാർ എന്താ ഒറ്റയ്ക്കിരിക്കുന്നത്. കൂട്ടുകാർ ആരുമില്ലേ.'

അപ്രതീക്ഷിതമായി സ്ത്രീ ശബ്ദം കേട്ട് ഞാൻ തിരിഞ്ഞു നോക്കി.

'കാതറിൻ.'

അറിയാതെ തെല്ലൊരാശ്ചര്യത്തോടെ പറഞ്ഞു പോയി.

'അതെ. എന്നെ പ്രതീക്ഷിച്ചിരിക്കില്ല.'

'ഇല്ല. ഒട്ടും പ്രതീക്ഷിച്ചില്ല.'

ഞാൻ കാതറിനെയും മകൻ ലൂയിസിനെയും മാറി മാറി നോക്കി.

ഒന്നു ചിരിക്കാൻ ശ്രമിച്ചെങ്കിലും അതു വിഫലമായി.

'സാറെല്ലാം അറിഞ്ഞു കാണുമല്ലോ.'

കാതറിന്റെ ചോദ്യത്തിന് എന്താണുത്തരം പറയേണ്ടത്.

അറിഞ്ഞെന്നോ അറിയില്ലെന്നോ.

രണ്ടായാലും ഫലം ഒന്നു തന്നെ. അതുകൊണ്ട് ഒന്നും പറയേണ്ടെന്ന് കരുതി മൗനം പാലിച്ചു.

'അയാളൊരു സംശയ രോഗിയായിരുന്നു. അതിന്റെ ഫലം അയാളനുഭവിച്ചു ഒടുവിലത്തെ ഇര അവനായിരുന്നു.'

തെല്ലകലെ നില്ക്കുന്ന ചെറുപ്പക്കാരനെ ചൂണ്ടി കാതറിൻ പറഞ്ഞു.

എനിക്ക് മുഖം തരാതെ മറ്റെവിടെയോ നോക്കി നില്ക്കുന്ന യുവാവ് അപ്പോഴാണ് എന്റെ ശ്രദ്ധയിൽ പെട്ടത്.

വെളുത്ത് സുമുഖനായ ചെറുപ്പക്കാരൻ.

'എന്റെ അമ്മാവന്റെ മകൻ. അവനെ എനിക്കൊരു തുണയായി വീട്ടിൽ നിർത്താൻ പറഞ്ഞതും അയാൾ തന്നെ. ഒടുവിലയാളെന്നെ വഞ്ചകി യായി ചിത്രീകരിച്ചു.'

'സാറ് പറയൂ, ഞാൻ തെറ്റുകാരിയാണോ?'

കാതറിൻ വിറയാർന്ന ശബ്ദത്തോടെ ചോദിച്ചു.

തീരെ പ്രതീക്ഷിക്കാത്ത ചോദ്യം കേട്ട് ഞാനമ്പരന്നു.

എന്റെ നിസ്സഹായാവസ്ഥ അവൾ വായിച്ചെടുത്തു കാണും.

കൂടുതലൊന്നും അവൾ പറഞ്ഞില്ല.

ഞാൻ നിർന്നിമേഷനായി നോക്കി നിൽക്കെ സാരിത്തലപ്പുകൊണ്ട് മുഖം തുടച്ച് കാതറിൻ ഇരുട്ടു വീണ വഴിയിലൂടെ യാത്രയായി.

അവൾക്കൊപ്പം ലൂയിസും ചെറുപ്പക്കാരനും.

മനുഷ്യബന്ധങ്ങളിലെ സ്വരങ്ങളും അപസ്വരങ്ങളുമോർത്ത് ഞാനും പട്ടണത്തെ ലക്ഷ്യമാക്കി നടന്നു. കാതറിനും അവളുടെ ജീവിത കഥയും ആ ഇരുട്ടിലും എന്നെ പിന്തുടർന്നുകൊണ്ടിരുന്നു. ഉത്തരം കണ്ടെത്താ നാവാത്ത ഒരു പ്രഹേളികയായി.

സ്വപ്നം കാണാത്ത പെൺകുട്ടി

കോട മഞ്ഞ് പെയ്യുന്ന ചിങ്ങമാസ പുലർകാലം. നോക്കെത്താ ദൂരത്തോളം പരന്നു കിടക്കുന്ന പാടത്തിലേക്ക് മഞ്ഞ് പെയ്തിറങ്ങുന്ന കാഴ്ച അവൾ വരാന്തയിലിരുന്ന് നോക്കി രസിച്ചു. ആകാശം അതിരിട്ടു നില്ക്കുന്ന പാടത്തിന്റെ മറുകരയിൽ കടുത്ത വർണ്ണം കൊണ്ടെഴുതിയ തെങ്ങോലകൾ തണുത്ത കാറ്റിൽ വിറയാർന്ന് ഇളകിയാടി. മഞ്ഞിന്റെ വെള്ളപ്പുതപ്പിനുള്ളിൽ പാടം ഉറക്കത്തിലായിരുന്നു. വയലോരങ്ങളിലെ വീടുകളും ഉണർന്നിട്ടില്ല. അവൾ വരാന്തയിലെ തിണ്ണയിൽ കയറി തെക്കോട്ട് നോക്കി. നീണ്ടു കിടക്കുന്ന വയൽ വിദൂരതയിലെവിടെയോ ചെന്നവസാനിക്കുന്നു. വയലിന്റെ പച്ചപ്പിനു പകരം മഞ്ഞിന്റെ ധവളിമ പുകപടലം പോലെ ചുറ്റും തങ്ങിനിന്നു. വയലിനെ പകുത്തുമാറ്റി ഒഴുകുന്ന കണ്ണിത്തോടും കതിരിന്റെ ഭാരം താങ്ങാനാവാതെ കുനിഞ്ഞു നില്ക്കുന്ന നെൽച്ചെടികളും പാടവരമ്പുകളും കാഴ്ചയിൽ നിന്നു മറഞ്ഞു നിന്നു. അതിലുറങ്ങുന്ന വയൽപ്പൂക്കളെ സ്വപ്നം കണ്ടുകൊണ്ട് അവൾ പുലരാൻ കാത്തിരുന്നു.

'ദാ, ഒരുത്തിയിവിടെ കോലായിൽ തല കുമ്പിട്ടിരുന്നു കൂർക്കം വലിച്ചുറങ്ങുന്നു. വരുന്നെങ്കിൽ വാ. കാത്തിരിക്കാനൊന്നും നേരമില്ല. ഞാൻ പോവ്വാ.'

പാട വരമ്പിൽ പുല്ലരിയാൻ പോകുന്ന കിഴക്കേതിലെ ലക്ഷ്മി ചേച്ചി നീട്ടിച്ചിരിച്ച് കളിയാക്കിക്കൊണ്ട് മുറ്റത്ത് നിന്ന് പാടത്തേക്കിറങ്ങി.

ലക്ഷ്മി ചേച്ചിയുടെ ചിരിയിൽ അലിഞ്ഞില്ലാതായതു പോലെ തോന്നി.

ചുറ്റും കണ്ണോടിച്ചു. ആരെങ്കിലും കേട്ടോ. കേട്ടു കാണില്ല. ആളുകൾ ഉണരുന്നതേയുള്ളൂ. ആശ്വാസമായി.

ഉറക്കത്തിന്റെ ആലസ്യം വിട്ടു മാറാതെ അവൾ അവിടെ തന്നെ ഇരുന്നു.

പാടത്തെ മഞ്ഞിൻ പുതപ്പ് നേർത്തില്ലാതായെങ്കിലും തണുപ്പ് വിട്ടു മാറിയിട്ടില്ല.

തണുപ്പ് സഹിക്കാനാവാതെ വിളഞ്ഞ നെൽക്കതിരുകൾ തലതാഴ്ത്തി നിന്നു.

ഒരു വെള്ളി അരഞ്ഞാണം പോലെ തെക്കോട്ടൊഴുകുന്ന കണ്ണിത്തോടിന്റെ വരമ്പത്ത് നിന്ന് പുല്ലരിയുന്ന ലക്ഷ്മി ചേച്ചിയെ അവൾ ദൂരെ കണ്ടു.

ലക്ഷ്മിചേച്ചിയുടെ ഓരോ ദിവസവും തോട്ടു വരമ്പിൽ തുടങ്ങുന്നു.

എന്നെ കൊണ്ടുപോകാതെ പതിവ് തെറ്റിച്ച് ലക്ഷ്മി ചേച്ചി ധൃതിയിൽ പോയതിന്റെ പൊരുൾ മനസ്സിലായില്ല.

വീട്ടിൽ എന്തെങ്കിലും അത്യാവശ്യം കാണും.

'അല്ല പെണ്ണ് വരാന്തയിലിരുന്ന് സ്വപ്നം കാണുകയാണോ. ലക്ഷ്മി പോയത് നീ അറിഞ്ഞില്ലൊടി.'

തൊഴുത്തിൽ നിന്ന് പശുക്കൾ ഒച്ച വെക്കാൻ തുടങ്ങിയതോടെ അമ്മയുടെ ശകാരം തുടങ്ങി.

'നേരം പുലർന്നിട്ടും അവളുടെ ഒരിരിപ്പ് കണ്ടില്ലേ.'

അമ്മയുടെ ദേഷ്യം ചൂടു പിടിക്കാൻ തുടങ്ങിയതോടെ അരിവാളും കുട്ടയുമെടുത്ത് അവൾ പറമ്പിൽ നിന്ന് പാടത്തേക്കിറങ്ങി. തണുപ്പിനെ വകഞ്ഞു മാറ്റി ലക്ഷ്മി ചേച്ചിയെ ലക്ഷ്യമാക്കി നടന്നു. വിദൂരതയിൽ ഒരു ബിന്ദുവായി ലക്ഷ്മി ചേച്ചി. തോട്ടു വരമ്പത്തെ പുല്ലിൽ വീണുറങ്ങുന്ന ജലകണങ്ങൾ അമർത്തിക്കൊണ്ടവൾ നടന്നു. ചുറ്റും വളർന്നു നില്ക്കുന്ന പൊന്തക്കാടുകൾക്കിടയിൽ നിന്ന് വയൽ കിളികൾ ഒച്ചുവെച്ചു കൊണ്ടിരുന്നു. പുലർകാലത്തെ വരവേൽക്കാനുള്ള തിടുക്കത്തിലാണ് അവയെന്ന് തോന്നി. വയലിന്റെ വിദൂരതയിൽ മഞ്ഞിൻ പുതപ്പ് പൂർണ്ണമായും നീങ്ങിക്കഴിഞ്ഞിട്ടില്ല. വിശന്ന പശുവിന്റെ ആക്രാന്തം പോലെ പരിസരം മറന്ന് പുല്ലരിയുന്ന ലക്ഷ്മിയേച്ചിയെ അവൾ കൗതുകത്തോടെ നോക്കിനിന്നു. മഞ്ഞു പെയ്യുന്ന പുലർകാല വേളയിൽ ലക്ഷ്മിചേച്ചിയെ കാണാൻ ഒരു പ്രത്യേക ചന്തം. കറുത്തിട്ടാണെങ്കിലും ലക്ഷ്മിചേച്ചി സുന്ദരിയാണ്. എന്നിട്ടെന്തെ ലക്ഷ്മിചേച്ചിയെ ആരും കല്യാണം കഴിച്ചു കൊണ്ടു പോകാത്തത്. അതിനുള്ള ഉത്തരം അവൾക്ക് കിട്ടിയില്ല.

"ങാഹാ നിന്റെ സ്വപ്നം കാണൽ ഇതുവരെ അവസാനിച്ചില്ലെ. വേഗം തുടങ്ങിക്കൊ പെണ്ണേ. ഞാൻ പോവാൻ നോക്കാ."

നേരം വെളുവെളാ പരക്കുവോളം നാട്ടുവർത്തമാനം പറയാറുള്ള ലക്ഷ്മി ചേച്ചിക്ക് ഇന്നെന്തുപറ്റി. ഇത്രയും തിരക്കുള്ള ലക്ഷ്മി ചേച്ചിയെ

കണ്ടിട്ടില്ല.

'മിഴിച്ചു നോക്കാതെ തുടങ്ങിക്കോ പെണ്ണേ.'

താക്കീതിന്റെ സ്വരത്തിൽ ലക്ഷ്മി ചേച്ചി പറഞ്ഞു.

'ഇന്നെന്താ ഇത്ര തിരക്ക്.'

കാര്യം മനസ്സിലാവാൻ വേണ്ടി ചോദിച്ചു.

'മനസ്സിലായില്ല.'

'ഇല്ല.'

'എന്നാൽ മനസ്സിലാക്കേണ്ട.'

ലക്ഷ്മി ചേച്ചി അങ്ങിനെയാണ്. ഒന്നും തെളിച്ചു പറയില്ല. കേൾക്കുന്നവർ ഊഹിച്ചു കണ്ടുപിടിച്ചു കൊള്ളണം.

പുല്ലരിയുമ്പോഴും ഞാൻ ലക്ഷ്മി ചേച്ചിയിൽ നിന്ന് ഉത്തരം പ്രതീക്ഷിച്ചുകൊണ്ടിരുന്നു.

'സമയമില്ല പോവാം നമുക്ക്.'

നിറയാത്ത കുട്ടയും ലക്ഷ്മി ചേച്ചിയുടെ മുഖവും ഞാൻ മാറി മാറി നോക്കി. അരിഞ്ഞിട്ട പുല്ലിൽ നിന്ന് കുറെ എന്റെ കുട്ടയിലിട്ടു കൊണ്ട് പറഞ്ഞു.

'വാ പോവ്വാ. നേരമില്ല.'

പിന്നാലെ നടക്കുമ്പോഴും ലക്ഷ്മി ചേച്ചിയുടെ പതിവില്ലാത്ത തിരക്കിനെക്കുറിച്ചായിരുന്നു എന്റെ ചിന്ത.

'ഒരുങ്ങി നിന്നോ. ഞാനിപ്പോ വരാം.'

പാടത്ത് നിന്ന് പറമ്പിലേക്ക് കയറിയ ലക്ഷ്മി ചേച്ചി എന്നെ ഓർമ്മിപ്പിച്ചുകൊണ്ട് തിരക്കിട്ട് നടന്നുപോയി.

നിമിഷങ്ങൾക്കകം ഒരു കള്ളച്ചിരിയുമായി ലക്ഷ്മി ചേച്ചി മുന്നിലേക്ക് പ്രത്യക്ഷപ്പെട്ടു.

കൈ രണ്ടും പിന്നിലേക്ക് ഒളിപ്പിച്ചു വെച്ചാണ് വരവ്.

'കൈയ്യിലെന്താണെന്ന് പറയാമോ, പറഞ്ഞാൽ നിനക്ക് ഞാനൊരു സമ്മാനം തരും.'

ഒരു കുസൃതിച്ചിരിയോടെ ചോദിച്ചു.

ഉത്തരം കിട്ടാതെ മിഴിച്ചു നിൽക്കെ എന്നെ അദ്ഭുതപ്പെടുത്തിക്കൊണ്ട് തെങ്ങോലകൊണ്ടു മെടഞ്ഞ ഒരു കൊമ്മ എനിക്ക് നേരെ വച്ചു നീട്ടി.

'പിടിക്കെടി പെണ്ണേ. നിന്റെ തലയിൽ ഒന്നും കേറത്തില്ല. ഇന്ന് ചിങ്ങത്തിലെ അത്തം. മനസ്സിലായോ. അത്തപ്പൂ പറിക്കണം.'

എന്നെ കളിയാക്കിക്കൊണ്ടുള്ള ചേച്ചിയുടെ ചിരി പാടത്തിന്റെ വിദൂരതയിലെവിടെയോ പോയ് മറഞ്ഞു.

ആ ചിരി കണ്ടിട്ട് കാലമെത്ര കഴിഞ്ഞു.

അതൊന്നുകൂടി കാണാൻ മനസ്സ് പലപ്പോഴും ആഗ്രഹിച്ചു.

കളിചിരി മാറാത്ത ആ പഴയ ലക്ഷ്മി ചേച്ചി ഇന്നെവിടെ.

എന്നെപ്പോലെ അകലത്തെവിടെയോ കഴിയാൻ വിധിക്കപ്പെട്ടിട്ടുണ്ടാവും.

വയലും വയൽ വരമ്പിലുറങ്ങുന്ന വയൽ പൂക്കളും കണ്ണിത്തോടും അന്യമായ ദേശത്ത്.

'നിന്നെ നോക്കാൻ നിന്റെ അച്ഛനുമമ്മയും എല്ലാ കാലത്തും ജീവിച്ചിരിക്ക്വോ. കിട്ടിയ വണ്ടി കേറി പോടീ പെണ്ണേ. അതാ നല്ലത്.'

തെല്ല് പരിഹാസത്തോടെയും തെല്ല് ഗൗരവത്തോടെയും ലക്ഷ്മി ചേച്ചി പറഞ്ഞ വാക്കുകൾ ഓർമ്മയിൽ നിന്ന് മാഞ്ഞു പോയിട്ടില്ല.

ഒരു രണ്ടാംകെട്ടുകാരന്റെ ഭാര്യയാവേണ്ടി വന്നതിൽ ലക്ഷ്മി ചേച്ചിക്കും പങ്കുണ്ട്. അതിനവരെ കുറ്റപ്പെടുത്താൻ കഴിയില്ല.

അമ്മയെ തനിച്ചാക്കി അച്ഛൻ ഒരു നാൾ വിട പറഞ്ഞപ്പോൾ ലക്ഷ്മി ചേച്ചി പറഞ്ഞ വാക്കുകൾക്ക് അർത്ഥമുണ്ടായി. എന്നെ യാത്രയാക്കാൻ വന്ന ലക്ഷ്മി ചേച്ചിയുടെ മുഖം മനസ്സിൽ മായാതെ കിടന്നു. വയലിലേക്ക് ചാഞ്ഞു കിടക്കുന്ന തെങ്ങും ചാരി ഈറനണിഞ്ഞ കണ്ണുകളുമായി നില്ക്കുന്ന ലക്ഷ്മി ചേച്ചി. അവ്യക്തരൂപങ്ങളായി ഞങ്ങൾ അകന്നു പോകാൻ അധിക സമയം വേണ്ടിവന്നില്ല. വയലും വയൽ പൂക്കളും കണ്ണിത്തോടും ലക്ഷ്മി ചേച്ചിയും എനിക്കന്യമാവുകയായിരുന്നു. കോൺക്രീറ്റ് കെട്ടിടങ്ങൾ തിങ്ങി നിറഞ്ഞ പട്ടണത്തിന്റെ വഴിയോരത്തുള്ള ഫ്ളാറ്റിലെ ജനാലയ്ക്കരികിൽ നിന്ന് വയലും വയൽ പൂക്കളും സ്വപ്നം കാണാൻ പഠിച്ചു. ഇടതടവില്ലാതെ ഒഴുകുന്ന വാഹനങ്ങളുടെ ശബ്ദത്തിൽ എന്റെ സ്വപ്നങ്ങൾ പലപ്പോഴും ഉടഞ്ഞ ചില്ലുപോലെ ശിഥിലമായിക്കൊണ്ടിരുന്നു. ഫ്ളാറ്റിലെ ഇടുങ്ങിയ മുറിക്കുള്ളിൽ അവ ചിറകറ്റ് വീഴാൻ അധിക കാലം വേണ്ടി വന്നില്ല.

"ജിതേഷ് സമയമെത്രയായെന്നറിയോ. കുട്ടിക്ക് ടൈ കെട്ടിക്കൊടുക്കാൻ അവളോടു പറയൂ."

"അതു വേണ്ടമ്മെ. അവൾക്കൊന്നുമറിയില്ല."

അമ്മയുടെ ചോദ്യത്തിന് മകൻ ഉത്തരം പറഞ്ഞു.

അമ്മയുടെ എല്ലാ ചോദ്യത്തിനും മകന്റെ ഉത്തരം ഒന്നു തന്നെയായി

രുന്നു.

'ഒന്നുമറിയാത്ത പെണ്ണ്.'

ഒന്നുമറിയാത്ത എന്റെ ജീവിതം അടുക്കളയുടെ നാലു ചുമരുകൾക്കുള്ളിൽ ഒതുങ്ങി.

ജിതേഷും അയാളുടെ അമ്മയും ആദ്യ ഭാര്യയിലുള്ള മകനും അടങ്ങുന്ന കുടുംബം.

ആ കുടുംബത്തിന്റെ പരിചാരികയായി ഞാൻ അവർക്കൊപ്പം.

ഒരു രണ്ടാംകെട്ടുകാരന്റെ ശമ്പളമില്ലാത്ത വീട്ടു വേലക്കാരി. ഒരു വീട്ടു വേലക്കാരിയെ അവർക്കാവശ്യമുണ്ടായിരുന്നു. പരസ്യം ചെയ്യാതെ അവരതു നേടിയെടുത്തു.

"നിന്നെ നോക്കാൻ നിന്റെ അച്ഛനുമമ്മയും എല്ലാ കാലത്തും ജീവിച്ചിരിക്കോ. കിട്ടിയ വണ്ടി കേറി പോടീ പെണ്ണേ. അതാ നല്ലത്."

എന്റെ ഭാവിയെ ഓർത്ത് ലക്ഷ്മി ചേച്ചി ഒരു നാൾ പറഞ്ഞു.

വയലും വയൽ പൂക്കളും കണ്ണിത്തോടും അതിന്റെ വിശാലതയും മാത്രം സ്വപ്നം കണ്ടിരുന്ന ഞങ്ങൾക്ക് പട്ടണവും അതിലെ ചതിക്കുഴികളും അന്യമായിരുന്നു.

പാവം ലക്ഷ്മി ചേച്ചി. എന്റെ ഉയർച്ചയിൽ മാത്രം കണ്ണും നട്ടിരുന്നവൾ. അവരും എന്നെപ്പോലെ ശമ്പളമില്ലാത്ത വീട്ടു വേലക്കാരിയായി തീർന്നിരിക്കുമോ.

ഒരു കുസൃതിച്ചിരിയോടെ അവരെന്നെ ചേറിന്റെ മണമുള്ള സ്വപ്നലോകത്തേക്ക് കൂട്ടിക്കൊണ്ടു പോയി.

"നീയെന്താ രാവിലെ അടുക്കളയിൽ കയറാതെ ജനാലയ്ക്കരികിൽ നിന്ന് സ്വപ്നം കാണുന്നത്. അവന് ഓഫീസിൽ പോകാൻ നേരമായെന്ന് അറിയില്ലെ."

എന്റെ ലോകം അടുക്കളയിൽ പരിമിതപ്പെട്ടു.

അതിന്റെ നാലു ചുമരുകൾക്കുള്ളിൽ നിന്ന് എന്നെങ്കിലും മോചനമുണ്ടാവുമെന്ന പ്രതീക്ഷയില്ല.

എങ്ങോട്ട് പോകാൻ.

അതൊരു ചോദ്യമായി അവശേഷിച്ചു.

വയലോരത്തെ കൊച്ചു വീട്ടിൽ കഴിയുന്ന അമ്മ.

ആ തണലിൽ ഇനി അധിക കാലം ജീവിക്കാൻ കഴിയില്ല. മുന്നിലെ ശൂന്യതയിൽ പകച്ചു നിന്നു.

സഹതപിക്കാൻ ലക്ഷ്മി ചേച്ചി പോലും അടുത്തില്ല.

"ഞങ്ങൾ നാട്ടിലേക്ക് പോകുന്നു. രണ്ടു ദിവസം കഴിഞ്ഞേ വരൂ. നിന്റെ അമ്മയോട് എന്തെങ്കിലും പറയാനുണ്ടോ?"

അപ്രതീക്ഷിതമായ ചോദ്യത്തിനു മുന്നിൽ പതറി.

എന്താണ് അമ്മയോട് പറയേണ്ടത്.

"ഞാനിപ്പോൾ സ്വപ്നം കാണാറില്ലെന്ന് അമ്മയോട് പറഞ്ഞേക്കൂ."

ഏറെ മൗനത്തിനു ശേഷം മനസ്സ് പറഞ്ഞു.

പക്ഷേ ആ വാക്കുകൾ അമ്മയ്ക്ക് താങ്ങാനാവുമോ.

ഇല്ല.

"എനിക്കിവിടെ സുഖമെന്ന് പറഞ്ഞോളൂ."

അകലത്ത് അവളെയും പ്രതീക്ഷിച്ചിരിക്കുന്ന അമ്മയെ ആശ്വസിപ്പിക്കാൻ അവൾ അത്രയും പറഞ്ഞു നിർത്തി.

ജലാർദ്രമായ കണ്ണുകൾക്ക് മുന്നിൽ ഇരുട്ടു വ്യാപിച്ചു. മുഖം മറയ്ക്കാൻ വേണ്ടി അവൾ ജനാലയിലൂടെ വെളിയിലേക്ക് നോക്കി.

കണ്ണിൽ നിന്ന് അടർന്നു വീണ കണ്ണുനീർ തുള്ളികൾ ജനാലക്കമ്പികളിൽ തട്ടി താഴെ ഒഴുകുന്ന വാഹനത്തിരക്കിലെവിടെയോ അപ്രത്യക്ഷമായി.

❁

ആത്മഹത്യാക്കുറിപ്പ്

ഓർമ്മകളുടെ തിരതള്ളലിൽ അപ്രതീക്ഷിതമായി ബാല സുബ്ര ഹ്മണ്യം കയറി വന്നു. കറുത്ത് മെലിഞ്ഞ് സാമാന്യത്തിലധികം പൊക്കം. കറുപ്പെന്ന് പറഞ്ഞാൽ എണ്ണക്കറുപ്പ്. പിറകോട്ട് ഒതുക്കിയ ചുരുളൻ മുടി അനുസരണയോടെ തലയോട് ഒട്ടിനിന്നു. വശ്യമായ ചിരി. വടിവൊത്ത സംസാരം. നട്ടെല്ല് ഒന്നു കൂടി നിവർത്തിയുള്ള നടത്തം. ബാലസുബ്ര ഹ്മണ്യത്തിന്റെ ആകൃതിയും പ്രകൃതവും ഞങ്ങൾക്ക് നന്നേ ഇഷ്ടമായി. വെള്ള ഷർട്ടും മുണ്ടും ബാലസുബ്രഹ്മണ്യത്തിന്റെ അടയാളമായി ഞങ്ങൾ വിദ്യാർത്ഥികൾ അംഗീകരിച്ചു. വെള്ളയിൽ പൊതിഞ്ഞ ആ കറുത്ത രൂപത്തെ സഹപാഠികളുടെ ഇടയിൽ നിന്ന് തിരിച്ചറിയാൻ ബുദ്ധി മുട്ടുണ്ടായിരുന്നില്ല. സ്ക്കൂൾ ദിവസങ്ങളിൽ വിദ്യാർത്ഥികളെയും അധ്യാ പകരെയും വരവേല്ക്കാൻ ബാലസുബ്രഹ്മണ്യം വരാന്തയിൽ ഹാജരു ണ്ടായിരിക്കും. സ്ക്കൂളിൽ ആദ്യമായെത്തുന്നതും അവൻ തന്നെ. റോഡി നെതിർവശമുള്ള ഇടവഴിയിലൂടെ താഴോട്ടിറങ്ങിയാൽ ഭഗവതീ ക്ഷേത്രം. ചുറ്റമ്പലത്തിന്റെ തെക്കു മാറി കാണുന്നതാണ് ബാലസുബ്രഹ്മണ്യ ത്തിന്റെ വീട്. വീടെന്ന് പറയാനുള്ള ഗൗരവമൊന്നും അതിനില്ല. മൺകട്ട കൊണ്ട് പൊതിഞ്ഞ ഓല മേഞ്ഞ കൂര. ബാലസുബ്രഹ്മണ്യവും അമ്മ ബാലയും ആ കൂരയിൽ കഴിയുന്നു. അച്ഛനില്ലാത്ത മകനു വേണ്ടി അവർ പലപ്പോഴും സ്കൂളിൽ വരാറുണ്ട്. ബാലയെന്ന ബാലലക്ഷ്മി പേരു പോലെ തന്നെ ഒരു മഹാലക്ഷ്മിയായിരുന്നു. കണ്ടാൽ ആരും ഒന്ന് നോക്കി നിന്നുപോകും. അണിഞ്ഞൊരുങ്ങി നക്ഷത്രത്തിളക്കമുള്ള കണ്ണു മായി വരുന്ന ബാലസുബ്രഹ്മണ്യത്തിന്റെ അമ്മയെ ഞങ്ങൾ അദ്ഭുത ത്തോടെ നോക്കി നിന്നത് ഓർക്കുന്നു. വെള്ളാരം കല്ലുപോലുള്ള ബാല ലക്ഷ്മിയുടെ എണ്ണക്കറുമ്പനായ മകനെ ഞങ്ങൾ നിറം പറഞ്ഞ് കളി യാക്കാറുണ്ടായിരുന്നു. അപ്പോഴൊക്കെ ബാലസുബ്രഹ്മണ്യം നിശ്ശബ്ദ നായി കാണപ്പെട്ടു. അത്തരം സന്ദർഭങ്ങളിൽ ഞങ്ങളെ ശ്രദ്ധിക്കാതെ

വിദൂരതയിൽ നോക്കി അവൻ രക്ഷ നേടുന്നു.

"കറുപ്പിന് ഏഴഴകാണ്."

രംഗം കൂടുതൽ വഷളാക്കേണ്ടെന്നു കരുതി പുതിയേടത്ത് ഇടപെടും.

അച്ഛനെക്കുറിച്ച് ചോദിച്ചാൽ ബാലസുബ്രഹ്മണ്യം പ്രതികരിക്കാറില്ല. അച്ഛനാരെന്ന് അവനറിയില്ല. കണ്ടിട്ടുമില്ല. അമ്മയ്ക്കു മാത്രമറിയാവുന്ന രഹസ്യം. ബാലസുബ്രഹ്മണ്യത്തിന്റെ ജീവിത പരിസരങ്ങളൊന്നും അവന്റെ നടപ്പിലും പെരുമാറ്റത്തിലും പ്രതിഫലിക്കാറില്ല.

ക്ലാസിലെ സമർത്ഥനായ വിദ്യാർത്ഥി.

കണക്കിലെ കാണാക്കയങ്ങൾ അധ്യാപകനെ ബോദ്ധ്യപ്പെടുത്താൻ ശേഷിയുള്ള ബാലസുബ്രഹ്മണ്യത്തിന്റെ കഴിവിൽ അവന്റെ പോരായ്മ കളൊക്കെ ഞങ്ങൾ മറക്കും.

ജീവിതക്ലേശങ്ങൾ നിഴലിക്കാത്ത വശ്യമായ പുഞ്ചിരിയുമായി അവൻ എന്നും ഞങ്ങളെ കാത്തിരിക്കും. വരാന്തയിലെ ആ വെളുത്ത രൂപത്തെ ഞങ്ങൾ റോഡിൽ നിന്ന് കൗതുകത്തോടെ നോക്കി.

"കുഞ്ഞിപ്പുരയിലിനെ കാണുന്നില്ലല്ലോ?"

ഗേറ്റു കടന്നപാടെ സഹപാഠികളെക്കുറിച്ചുള്ള അന്വേഷണം തുടങ്ങി. തറവാട് പേരിൽ ഞങ്ങൾ പലരും അറിയപ്പെട്ടിരുന്ന കാലം. പേര് വിളി ക്കുന്ന പതിവ് അന്ന് നന്നേ കുറവായിരുന്നു. കുഞ്ഞിപ്പുരയിലെന്നാൽ സാക്ഷാൽ കുഞ്ഞിപ്പുരയിൽ ബാലകൃഷ്ണൻ.

സ്ക്കൂൾ വല്ലപ്പോഴും കയറി വരാവുന്ന ഒരു സത്രമായി കരുതിയി രുന്ന കുഞ്ഞിപ്പുരയിൽ.

അതുവഴി വന്നാൽ ഒന്നു കേറും.

സാഹചര്യം അനുകൂലമല്ലെന്ന് തോന്നിയാൽ ഇടവഴിയിലേക്കിറങ്ങി ക്ഷേത്രത്തിലേക്ക് പോകും. തകർന്നടിഞ്ഞ് വെറും ചരിത്ര ശേഷിപ്പായി നിൽക്കുന്ന ക്ഷേത്രം. വിഗ്രഹമോ ആരാധനയോ ഇല്ലാത്ത ക്ഷേത്രമു റ്റത്തെ മുച്ചീട്ടു കളി സംഘത്തിൽ കുഞ്ഞിപ്പുരയിലും മെമ്പറായിരുന്നു.

എവിടെയായാലും ചുമലിലെ തുണി സഞ്ചിയിൽ സ്വന്തം അസ്തിത്വ ത്തിന്റെ അടയാളമായി ഏതാനും പുസ്തകങ്ങൾ കരുതും.

പുസ്തകങ്ങൾ വെറും പുറംചട്ടയിലൊതുങ്ങുന്ന കാര്യം വിദ്യാർത്ഥി കളുടെ ഇടയിൽ പരസ്യമായ രഹസ്യം.

അധ്യാപകർക്കതറിയില്ല.

ക്ലാസിലെ പിന്നോക്ക പട്ടികയിൽ സ്ഥാനം പിടിച്ച കുഞ്ഞിപ്പുരയിലിനെ അവരാരും ശ്രദ്ധിക്കാറില്ല. കുഞ്ഞിപ്പുരയിലിന്റെ വരവ് അധ്യാപകരുടെ

മുഖത്ത് നിന്ന് വായിച്ചെടുക്കാൻ കഴിയും.

പേരുപോലെ തന്നെ കുഞ്ഞിപ്പുരയിൽ ബാലകൃഷ്ണൻ സാക്ഷാൽ കൃഷ്ണാവതാരമായിരുന്നു. പിൻ ബഞ്ചിലെ പെൺകുട്ടികളുമായി ലീലാവിലാസത്തിൽ മുഴുകുന്ന കുഞ്ഞിപ്പുരയിലിനെ ശാസിച്ചു നില്യ്ക്ക് നിർത്താൻ അധ്യാപകർ പെടുന്ന പാട് കണ്ടിരിക്കാൻ രസം. കുഞ്ഞിപ്പുരയിലിനോട് തോറ്റ് ആയുധം താഴെ വച്ച് കീഴടങ്ങിയ അധ്യാപകരും കുറവല്ല.

വല്ലപ്പോഴും കയറിവരുന്ന കുഞ്ഞിപ്പുരയിലിനെ അന്വേഷിച്ചതിന്റെ പൊരുൾ മനസ്സിലാകാതെ ഞങ്ങൾ ബാലസുബ്രഹ്മണ്യത്തെ തന്നെ നോക്കി നിന്നു.

"ഇഷ്ടൻ മുങ്ങിയതാ. ഇന്ന് വരില്ല."

ഒരു ചെറു പുഞ്ചിരിയോടെ അമർത്തിമൂളിക്കൊണ്ട് ബാലസുബ്രഹ്മണ്യം പതുക്കെ പറഞ്ഞു.

അപ്പോഴും ഞങ്ങൾക്കൊന്നും മനസ്സിലായില്ല.

ഞങ്ങളെ ബോദ്ധ്യപ്പെടുത്താൻ മെനക്കെടാതെ ക്ലാസിൽ കയറി മുൻ ബഞ്ചിലെ സ്ഥിരം സ്ഥലത്ത് ഇരിപ്പുറപ്പിച്ചു.

ബാലസുബ്രഹ്മണ്യം കൂടുതൽ സന്തോഷവാനായി കാണപ്പെട്ടു.

ഫസ്റ്റ് ബെല്ലടിച്ചു.

വരാന്തയിലും ഗ്രൗണ്ടിലുമുണ്ടായിരുന്ന കുട്ടികൾ ക്ലാസിൽ കയറാൻ തുടങ്ങി. ക്ലാസ്സിലെ ബഹളം നേർത്തില്ലാതായി.

തേർഡ് ബെല്ലടിച്ചു.

ക്ലാസിൽ കനത്ത നിശ്ശബ്ദത.

ബ്ലാക്ക് ബോർഡിലെ ടൈം ടേബിളിൽ എല്ലാവരുടെയും കണ്ണുകൾ ഉടക്കി.

കണക്ക്.

ലോതറെന്ന വിളിപ്പേരുള്ള കുഞ്ഞിക്കണ്ണൻ മാഷുടെ രൂപം ഭയത്തോടെ മനസ്സിൽ തെളിഞ്ഞു. നരച്ച കുറ്റി മുടിയും വട്ടത്തലയും കാരിരുമ്പിന്റെ നിറവുമുള്ള കുഞ്ഞിക്കണ്ണൻ മാഷ്. ആജാന ബാഹുവായ മാഷുടെ ഉണ്ടക്കണ്ണു കൊണ്ടുള്ള നോട്ടത്തിൽ പതറാത്ത കുട്ടികളില്ല. മാഷുടെ രൂപം പോലെ തന്നെ കണക്ക് ഞങ്ങളെ ഭയപ്പെടുത്തിയിരുന്ന കാലം.

നെല്ലിവടിയുമായി മാഷ് വരാന്തയിൽ കയറുന്നത് ഞങ്ങൾ ജനാലയിലൂടെ കണ്ടു. കുട്ടികളുടെ ഉള്ളൊന്നു കാളി.

പരീക്ഷാ ദിവസങ്ങളിൽ സ്ക്കൂൾ കോമ്പൗണ്ടിന്റെ തെക്കു പടി

ഞ്ഞാറെ മൂലയിലുള്ള നെല്ലി മരത്തിൽ നിന്ന് പൊട്ടിച്ചെടുത്ത വടി മാഷ് കരുതിയിരിക്കും.

വന്നപാടെ വടി മേശപ്പുറത്തു വെച്ചു.

ക്ലാസ് പരീക്ഷയുടെ സിഗ്നൽ.

പരീക്ഷയുടെ കാര്യം മറന്നവർ അങ്കലാപ്പിലായി.

മാഷ് ഒന്നും പറയാതെ കണ്ണടച്ചു നിന്നു.

ഏതു നിമിഷവും ചോദ്യം പുറപ്പെടാം.

എല്ലാവരും പ്രതീക്ഷയോടെ കാത്തിരുന്നു.

സമയം ഇഴഞ്ഞു നീങ്ങവെ ഞങ്ങളുടെ കണക്കുകൂട്ടൽ തെറ്റിച്ചു കൊണ്ട് ക്ലാസ് മുറിയുടെ വാതില്ക്കൽ കുഞ്ഞിപ്പുരയിൽ!

ചുമലിലെ തുണി സഞ്ചിയുടെ ഭാരം കൊണ്ട് ഇടതുവശം അല്പം ചെരിച്ചാണ് നില്പ്.

ചീകാത്ത മുടിയും മുഷിഞ്ഞ വേഷവും.

മാഷെ കണ്ടതും കുഞ്ഞിപ്പുരയിൽ ഒഴിഞ്ഞുമാറാൻ ഒരു വിഫല ശ്രമം നടത്തി. ക്ലാസിൽ കയറാതെ പതുങ്ങിക്കളിക്കുന്ന കുഞ്ഞിപ്പുരയിലിനെ വടി കാണിച്ച് മാഷ് അകത്താക്കി.

കൂട്ടിലിട്ട മെരുകിനെപ്പോലെ പറ്റിയ ഇടംതേടി കുഞ്ഞിപ്പുരയിൽ നാലു പാടും നടന്നു.

ഒടുവിൽ മറ്റു കുട്ടികളെ തള്ളിമാറ്റി ബാലസുബ്രഹ്മണ്യത്തിന്റെ പിന്നിലായി സ്ഥലം കണ്ടെത്തി.

മാഷ് ഒറ്റ വായിൽ ചോദ്യം പറഞ്ഞു തീർത്തു.

കുട്ടികൾ പരീക്ഷ പേപ്പറിലേക്ക് മുഖം താഴ്ത്തി.

കുഞ്ഞിപ്പുരയിൽ മാത്രം പേനയും നിവർത്തി വെച്ച് വെളിയിലേക്ക് നോക്കിയിരുന്നു.

സമയം പകുതി കഴിഞ്ഞു കാണും.

കുഞ്ഞിപ്പുരയിൽ തിരക്കിട്ടെഴുതാൻ തുടങ്ങി.

ബാലസുബ്രഹ്മണ്യം വെളിയിലേക്ക് നോക്കിയിരുന്നു.

ബാലസുബ്രഹ്മണ്യത്തോട് എഴുന്നേറ്റ് നിൽക്കാൻ മാഷ് ആംഗ്യം കാണിച്ചു.

അവൻ നിന്നു വിയർക്കാൻ തുടങ്ങി.

മണിയടിച്ചു.

പരീക്ഷാ പേപ്പർ ആവശ്യപ്പെട്ട് മാഷ് ബാലസുബ്രഹ്മണ്യത്തിന്നരികിലെത്തി.

ബാലസുബ്രഹ്മണ്യം വെപ്രാളത്തോടെ കുഞ്ഞിപ്പുരയിലിനെ തിരിഞ്ഞു നോക്കി. പേപ്പറിൽ നിന്ന് മുഖമുയർത്താതെ എഴുതിക്കൊണ്ടിരിക്കുന്ന കുഞ്ഞിപ്പുരയിലിനെ കണ്ട് അവൻ അന്ധാളിച്ചു.

"എവിടെടാ നിന്റെ പരീക്ഷാ പേപ്പർ?"

അതൊരലർച്ചയായിരുന്നു.

കുട്ടികൾ സ്തബ്ധരായി.

"എന്റെ പേപ്പർ അവൻ ബലമായെടുത്തു."

കുഞ്ഞിപ്പുരയിലിനെ നോക്കി ബാലസുബ്രഹ്മണ്യം ഒറ്റ ശ്വാസത്തിൽ പറഞ്ഞു നിർത്തി.

കുഞ്ഞിപ്പുരയിലിനെ ക്ലാസിൽ എല്ലാവരും കാൺകെ നിർത്തി.

വരാൻ പോകുന്ന പൂരം കാണാൻ ഞങ്ങൾ അക്ഷമരായി ഇരുന്നു.

പൊതിരെ തല്ലി.

നെല്ലിവടി കഷണങ്ങളായി ക്ലാസിലാകെ ചിതറി വീണു.

കുഞ്ഞിപ്പുരയിൽ കരഞ്ഞില്ല.

അപരാധ ബോധത്തോടെ ബാലസുബ്രഹ്മണ്യം മുഖം താഴ്ത്തി നിന്നു.

പരീക്ഷാ പേപ്പർ വാങ്ങാതെ കൊടുങ്കാറ്റിന്റെ വേഗതയിൽ മാഷ് ക്ലാസിൽ നിന്ന് ഇറങ്ങിപ്പോയി. ആരും ഒന്നും മിണ്ടിയില്ല.

ഇന്റർവെൽ സമയം.

അകലെ ഗ്രൗണ്ടിൽ കുട്ടികൾ തടിച്ചു കൂടിയത് കണ്ട് ഞാൻ അങ്ങോട്ട് പോയി.

പുറത്തുനിന്ന് ഒന്നും കാണാൻ വയ്യ.

ചുറ്റുമതിൽ പോലെ കുട്ടികൾ വൃത്തത്തിൽ വളഞ്ഞിരിക്കുന്നു.

കുട്ടികളെ തള്ളിമാറ്റി ഞാൻ മുന്നിലെത്തി.

ബാലസുബ്രഹ്മണ്യവും കുഞ്ഞിപ്പുരയിലും വിചാരണ നടക്കുന്ന പ്രതീതി.

ബാലസുബ്രഹ്മണ്യം അപരാധിയെപ്പോലെ തല താഴ്ത്തി നിന്നു.

"തന്ത ആരെന്നറിയാത്തവനല്ലെടാ നീ. ജാര സന്തതി."

കുഞ്ഞിപ്പുരയിൽ ക്രുദ്ധനായി അട്ടഹസിച്ചു. വായിൽ വന്നതൊക്കെ

പുലമ്പി. വെയിലിന് ചൂടേറിക്കൊണ്ടിരുന്നു.

സഹപാഠികളുടെ മുന്നിൽ വച്ച് അപമാനിതനായ ബാലസുബ്രഹ്മണ്യത്തിന്റെ കണ്ണിൽ നിന്ന് കണ്ണുനീർ ഒഴുകി.

കുഞ്ഞിപ്പുരയിലിനെ ഭയന്ന് കണ്ടുനിന്ന ഞങ്ങൾ നിസ്സഹായരായി.

എന്നും പതിവായി ഞങ്ങളെ വരവേല്ക്കാറുള്ള ബാലസുബ്രഹ്മണ്യത്തെ പിന്നീടുള്ള ദിവസങ്ങളിൽ സ്ക്കൂൾ വരാന്തയിൽ കണ്ടില്ല.

ദിവസം കഴിയും തോറും വശ്യമായ ആ ചിരി ഞങ്ങളിൽ നിന്ന് അകന്നു പോയ്ക്കൊണ്ടിരുന്നു.

അന്നും പതിവുപോലെ കൂട്ടുകാരോടൊത്ത് സ്ക്കൂളിലേക്ക് പുറപ്പെട്ടു. കളിതമാശകൾ പറഞ്ഞ് സ്ക്കൂളിനടുത്തെത്തിയത് അറിഞ്ഞില്ല. സ്കൂൾ വരാന്തയിൽ കുട്ടികൾ കൂട്ടംകൂടി നിൽക്കുന്നു. പ്യൂൺ വരാത്തതു കൊണ്ടായിരിക്കാം.

കുട്ടികളുടെ ഇടയിൽ അസാധാരണ നിശ്ശബ്ദത.

ഗേറ്റ് കടന്ന് വരാന്തയിലെത്തി.

ആരും മിണ്ടുന്നില്ല.

ശ്മശാന മൂകത.

"ബാലസുബ്രഹ്മണ്യം ആത്മഹത്യ ചെയ്തു."

ഇടയ്ക്കാരോ പതുക്കെ പറഞ്ഞു.

കേട്ടത് വിശ്വസിക്കാൻ മനസ്സനുവദിച്ചില്ല.

വരാന്തയിൽ നിന്ന് ഞാൻ പടിഞ്ഞാറോട്ട് നോക്കി.

ക്ഷേത്ര മതിലിൽ നിന്ന് അകലെയല്ലാതെ ബാലസുബ്രഹ്മണ്യത്തിന്റെ മൺകട്ട വീട്.

വരമ്പത്തൂടെ വീടിനെ ലക്ഷ്യമാക്കി നീങ്ങുന്ന അയൽവാസികൾ.

ഞാനും അവരിലൊരാളായി.

കൂരയിൽ നിന്ന് പുറത്തേക്കൊഴുകിയ നേർത്ത കരച്ചിൽ ആൾക്കൂട്ടത്തിന്നിടയിൽ നിന്ന് തിരിച്ചറിഞ്ഞു.

ഏക മകൻ വിട്ടുപോയതിൽ ആ മാതൃഹൃദയം തേങ്ങി.

പുറത്തെ ബഹളത്തിന്നിടയിൽ ക്രമേണ ആ ശബ്ദം ഒന്നുമല്ലാതായി തീർന്നു.

ബാലസുബ്രഹ്മണ്യത്തെ അവസാനമായി ഒരു നോക്കു കാണാൻ ഞാൻ അടുത്ത ദിവസത്തെ പത്രത്തിൽ കണ്ണോടിച്ചു.

ചരമക്കോളത്തിന്റെ ഒരു മൂലയിൽ സൗമ്യനായ ബാലസുബ്രഹ്മണ്യം വശ്യമായ പുഞ്ചിരിയോടെ ഉറ്റു നോക്കുന്നു.

'കിഴക്കേടത്ത് ബാലസുബ്രഹ്മണ്യം വീടിനകത്ത് ആത്മഹത്യ ചെയ്ത നിലയിൽ കാണപ്പെട്ടു. പത്താം ക്ലാസ് വിദ്യാർത്ഥിയാണ്. അമ്മ ചെറിയ മഠത്തിൽ ബാലലക്ഷ്മി.'

'സുഹൃത്തേ ഞാൻ കണക്കിൽ സമർത്ഥനാണെങ്കിലും എന്റെ ജനനം പിഴച്ച കണക്കാണ്. ഞാൻ പോകുന്നു.'

പോലീസിനു ലഭിച്ച ആത്മഹത്യാക്കുറിപ്പു വായിച്ചു എന്റെ കണ്ണുകൾ നിറഞ്ഞു.

നോക്കി നിൽക്കെ ബാലസുബ്രഹ്മണ്യത്തിന്റെ മുഖം എനിക്ക് വ്യക്തമായി കാണാതായി.

☸

കടൽ

ആകാശം അതിരിട്ടു നിൽക്കുന്ന കടൽ. പെയ്തൊഴിയാത്ത മേഘക്കൂട്ടങ്ങൾ അലയുന്ന ആകാശത്തിനും അതിന്റെ താഴെ നിഴൽ വീണു കിടക്കുന്ന കടലിനും ഒരേ ഭാവം. കടലിലേക്ക് തുറന്നിട്ടിരിക്കുന്ന ജാലകത്തിന്നരികിലിരുന്ന് സേവ്യർ ആ കാഴ്ച കണ്ടുകൊണ്ടിരുന്നു. ആ ഇരിപ്പ് തുടങ്ങിയിട്ട് എത്ര നേരമായെന്ന് അയാൾക്കോർമ്മയില്ല. പുതുമ നഷ്പ്പെടാത്ത പതിവു കാഴ്ച.

കിഴക്കോട്ട് വളഞ്ഞു കിടക്കുന്ന കടലോരത്തിന്റെ അറ്റത്ത് വിശുദ്ധ ത്രേസ്യാമാതാവിന്റെ പള്ളി. ഒരു നവ വധുവിനെ പോലെ അണിഞ്ഞൊരുങ്ങി നിൽക്കുന്നു.

കടൽ കാക്കകൾ വട്ടമിട്ടു പറക്കുന്ന അതിന്റെ താഴികക്കുടത്തിനു മീതെ വിശുദ്ധ പിതാവിന്റെ രൂപം. ഇരുൾ വീണു കിടക്കുന്ന ആകാശച്ചെരുവിലെ ആ നേർത്ത രൂപത്തെ നോക്കി സേവ്യർ കുരിശു വരച്ചു.

സേവ്യറും പള്ളിയും അകലം പാർത്തു കഴിയുന്നു. സേവ്യറങ്ങോട്ടോ പള്ളി ഇങ്ങോട്ടോ വരാറില്ല.

"നിങ്ങൾ അഹങ്കാരിയാണ്. പള്ളിയെ ദുഷിച്ചു നടക്കുന്ന അഹങ്കാരി. മേലിൽ പള്ളീലോട്ടെന്നും പറഞ്ഞ് പോകണ്ടാ."

അന്നാമ്മയുടെ വാക്കുകൾ സേവ്യറെ താക്കീതു ചെയ്തു.

"കടാപ്പുറത്തെ അന്ത്രൂക്കാന്റെ ചായക്കടയാ നിങ്ങളെ ഒന്നിനും കൊള്ളാത്തവനാക്കിയത്."

അന്നാമ്മയുടെ ശകാര വാക്കുകൾ സേവ്യറുടെ കാതിൽ മുഴങ്ങി. ആ വാക്കുകൾ ഓർമ്മയിലെത്തുമ്പോഴൊക്കെ സേവ്യർ ഉള്ളാലെ ചിരിച്ചു.

ഈ ലോകത്ത് സേവ്യറെ മനസ്സിലാക്കാൻ സേവ്യർക്കല്ലാതെ മറ്റാർക്കു കഴിയും. അയാൾ സ്വയം സമാധാനപ്പെട്ടു.

ബന്ധുക്കൾക്കും നാട്ടുകാർക്കും അയാൾ പരിചിതനായ അപരിചിതനാണ്.

ആൾക്കൂട്ടത്തിൽ തനിയെ മുന്നിൽ കാണുന്ന കടാപ്പുറത്തും കടലിലുമായി സേവ്യർ ജീവിച്ചു.

ആരോടും വിധേയത്വമില്ലാതെ അഹങ്കാരിയായി സേവ്യർ അവർക്കിടയിൽ തലയുയർത്തി നടന്നു.

അപരിചിതത്വത്തിന്റെ സുഖം അയാൾ വേണ്ടുവോളം ആസ്വദിച്ചു.

അവർക്കിടയിലും സേവ്യറെ അറിഞ്ഞു മനസ്സിലാക്കിയ ഒരാൾ ഈ കടാപ്പുറത്തുണ്ടായിരുന്നു.

'നീയൊരു വല്ലാത്ത പഹയനാ. പള്ളിയേയും പട്ടക്കാരെയും വേലിക്ക് പുറത്ത് നിറുത്തിയിട്ടാ നിന്റെ കളി. അത് തീക്കളിയാന്നോർത്തോ.'

വെറ്റിലക്കറ പിടിച്ച പല്ല് വെളിക്ക് കാട്ടി ചിരിച്ചുകൊണ്ട് അന്ത്രൂക്ക ഒട്ടൊരു തമാശയായി പറഞ്ഞു.

പാവം അന്ത്രൂക്ക.

ഇപ്പോ എവിടെയായിരിക്കും.

ആകാശത്തിലെ നക്ഷത്രക്കൂട്ടങ്ങൾക്കിടയിൽ ഒളിഞ്ഞിരുന്ന് കടാപ്പുറവും കടലും കണ്ട് രസിക്കുകയായിരിക്കും.

കർക്കിടകത്തിലെ കോരിച്ചൊരിയുന്ന ഒരു മഴ ദിവസം ആരോടും യാത്ര ചോദിക്കാതെ അന്ത്രൂക്ക ഖബറിസ്ഥാനിലേക്ക് യാത്രയായി.

വെളിച്ചം ഇരുട്ടിന് വഴി മാറിയ കടാപ്പുറത്ത് അങ്ങകലെ അന്ത്രൂക്കാന്റെ ചായക്കട കമ്പളം പുതച്ചിരിക്കുന്ന കുള്ളൻ രൂപമായി സേവ്യർക്ക് തോന്നി. മഴയും വെയിലുമേറ്റ് ജീർണ്ണിച്ച ആ ശേഷിപ്പ് കടാപ്പുറത്തെ ജനം എന്നോ മറന്നു കഴിഞ്ഞിരുന്നു.

ആർക്കും വേണ്ടാത്ത കാലത്തിന്റെ സ്മാരകമായി അതവിടെ നില കൊള്ളുന്നു. ജനം മറന്നെങ്കിലും കടാപ്പുറത്തെ ആ കുള്ളൻ രൂപത്തെ സേവ്യർക്ക് മറക്കാൻ കഴിയില്ല.

ആരോരും തുണയില്ലാതെ മീൻ പെറുക്കി നടന്ന അഞ്ചാം ക്ലാസുകാരനായ ചെറുക്കന് ലോകം തുറന്നു കിട്ടിയത് അവിടെ വെച്ചാണ്.

അന്ത്രൂക്കാന്റെ സുലൈമാനിയും രാവിലത്തെ പത്ര വായനയും മുടങ്ങാതെ ആസ്വദിച്ച കാലം സേവ്യർ ഓർത്തു.

"ബീപാത്തൂ ജ്ജ് ദുനിയാവില് ഇമ്മാതിരി ഒരെണ്ണത്തിനെ കണ്ട്ക്കോ."

സമോവറിൽ വെള്ളം തിളപ്പിക്കുന്ന ബീപാത്തുയെ നോക്കി അന്ത്രൂക്ക കണ്ണിറുക്കി ചിരിച്ചു.

ബീപാത്തൂന്ന് ആളെ മനസ്സിലായി.

ചിരിച്ചതല്ലാതെ ഒന്നും പറഞ്ഞില്ല.

കടയിൽ ചായ കുടിച്ചു കൊണ്ടിരുന്ന ഒടിയൻ കുഞ്ഞു വറീതും ഫയൽമാൻ ബീരാനും ഒറ്റക്കാലൻ അയമുവും അന്ത്രൂക്കാന്റെ അതിശയ വർത്തമാനം കേട്ട് ഇളകിച്ചിരിച്ചു.

സേവ്യർ ഇതൊന്നും കേട്ടതായി ഭാവിച്ചില്ല.

പത്രത്തിലെ ഓരോ വരിയും അയാൾ ആർത്തിയോടെ വിഴുങ്ങിക്കൊണ്ടിരുന്നു. കാലം നോക്കി നിൽക്കെ കടാപ്പുറത്തെ ജനത്തിന്റെ കൺവെട്ടത്തിരുന്ന് അവർ പോലും അറിയാതെ സേവ്യർ വളർന്നു.

ലോകം സേവ്യറുടെ കൈക്കുമ്പിളിലൊതുങ്ങി.

കോപ്പർ നിക്കസും ഗലീലിയോയും മാർക്സും മാർട്ടിൻ ലൂഥറും സേവ്യറുടെ പരിചയക്കാരായി.

അവരോട് ഇണങ്ങിയും പിണങ്ങിയും കലഹിച്ചും കാലം മുന്നോട്ടു പോയി.

ഒരു നാൾ പള്ളിയിൽ നിന്ന് സേവ്യർ ഇറങ്ങിപ്പോയി.

സത്യ വിശ്വാസിയായ അന്നാമ്മയ്ക്കത് പൊറുക്കാനായില്ല.

'പള്ളിയോട് കളിച്ചോരാരും ഗുണം പിടിച്ചിട്ടില്ല.'

ഉള്ളിൽ തികട്ടി വന്ന ദേഷ്യത്തോടെ അന്നാമ്മ പറഞ്ഞു.

അയാൾ അന്നാമ്മയെക്കുറിച്ചോർത്തു സഹതപിച്ചു. പാവം അന്നാമ്മ. അവൾ എന്നെ സഹിക്കുകയായിരിക്കും.

'മറിയക്കുട്ടിയേയും മക്കളെയും പോറ്റിക്കോ. കെട്ടിയോനെ ചവിട്ടി പുറത്താക്കുമ്പോ എന്താ കണ്ടത്.'

അറിവ് വിനയാകുമോ.

സേവ്യർ സ്വയം ചോദിച്ചു.

സ്ഥിരം മദ്യപിച്ചു ബഹളമുണ്ടാക്കുന്ന ജോസഫിനെ പടിക്ക് പുറത്താക്കിയതിൽ സേവ്യർക്ക് കുറ്റബോധം തോന്നിയില്ല.

കടാപ്പുറത്തെ മലിന പരിസരത്ത് നിന്നും അകലം പാർത്തു കഴിയാൻ അയാൾ എന്നും ആഗ്രഹിച്ചിരുന്നു.

അധിക ഭാരം ചുമക്കേണ്ടി വന്നാലും ഒരു മദ്യപനെ വീട്ടിൽ വെച്ച് പൊറുപ്പിക്കുക.

സേവ്യർക്കത് ഉൾക്കൊള്ളാൻ കഴിഞ്ഞില്ല.

ഭർത്താവില്ലാത്ത മകളും അവളുടെ രണ്ട് മക്കളും സേവ്യർക്ക് മുന്നിൽ ഒരു ചോദ്യചിഹ്നമായി നിലകൊണ്ടു.

അവരുടെ ഭാവി എന്തായിരിക്കും.

ആലോചിക്കുന്തോറും തല കറങ്ങുന്നതുപോലെ അയാൾക്കു തോന്നി.

കണ്ണിൽ ഇരുട്ട് പടർന്നു.

ആ ദുർബ്ബല നിമിഷത്തെ അയാൾ പഴിച്ചു.

ജീവിതാനുഭവങ്ങൾക്കു മുന്നിൽ നേടിയ അറിവുകളെല്ലാം വില കെട്ടതായി അയാൾക്കു തോന്നി.

സേവ്യർ സേവ്യറല്ലാതായി തീരുകയായിരുന്നു.

വെറുപ്പും വിദ്വേഷവും അയാളുടെ സിരകളിൽ ഇരമ്പിക്കയറി.

ആരോടെന്നില്ലാതെ അയാൾ കയർത്തു സംസാരിച്ചു. ശാപ വാക്കുകൾ ചൊരിഞ്ഞു.

അത് ഉച്ചത്തിലായിരുന്നുവോ എന്ന കാര്യം അയാൾക്കറിയില്ല.

“ഒന്ന് നൊടിയാണ്ടിരിക്ക് കിഴവാ.”

മറിയക്കുട്ടിയുടെ പത്ത് വയസ്സുകാരനായ മകൻ ക്ലീറ്റസ് അടുത്ത മുറിയിൽ നിന്ന് മറുപടി പറഞ്ഞു.

തന്റെ ശബ്ദം ഉച്ചത്തിലായിരുന്നുവെന്ന് സേവ്യർക്ക് ബോദ്ധ്യമായി.

മുന്നിലെ കട്ട പിടിച്ച ഇരുട്ടിലേക്ക് അയാൾ നോക്കി.

ഇരമ്പുന്ന കടലും കടലോരത്തെ വിളക്കുകളും മാത്രം.

ഇളകി മറിയുന്ന കടലുപോലെ സേവ്യറുടെ മനസ്സ് ത്രസിച്ചു.

ഈ കടാപ്പുറത്ത് സേവ്യറെ മനസ്സിലാക്കിയവർ ആരുമില്ലെന്ന് അയാൾക്ക് ബോദ്ധ്യമായി.

മുന്നിലെ ആർത്തിരമ്പുന്ന കടലു പോലും.

സേവ്യർ പുറം കാഴ്ചയിൽ നിന്നും മുഖം തിരിച്ചു.

തുറന്നിട്ട ജാലകം അടച്ചു സാക്ഷയിട്ടു.

അകത്തെ ഇരുട്ടിൽ അയാൾ അഭയം തേടി.

❁

മരിച്ച ദൈവം

കുന്നിൻ മുകളിലെ പള്ളിയുടെ ശിരസ്സിൽ വെയിൽ മുഖം കാണിച്ചു തുടങ്ങി. അതിന്റെ പൊൻ താഴികക്കുടത്തിനു മുകളിലെ ക്രൂശിത രൂപത്തെ വലം വെച്ചുകൊണ്ട് കുഞ്ഞാറ്റക്കിളികൾ ആകാശച്ചെരുവി ലേക്ക് പറന്നകന്നു. ഇരുണ്ട നീലാകാശത്തെ ചുംബിച്ചു നില്ക്കുന്ന കറുത്ത കുരിശടയാളം. താഴെ വെളിച്ചം കടന്നു വരാൻ മടിച്ചു നില്ക്കുന്ന പണ്ടാരം ഗ്രാമം. പള്ളിയിൽ നിന്നുള്ള ബാങ്കു വിളിയും ക്ഷേത്രത്തിൽ നിന്നൊഴുകിയെത്തിയ ഭക്തി ഗാനവും ഒരു ലഹരി കണക്കെ ഉറക്കത്തി ലാണ്ട ഗ്രാമത്തെ തലോടിക്കൊണ്ട് കടന്നു പോയി.

ബോംബെ ഹട്ട്സ് പതിവുപോലെ ഉണർന്നു. സമോവറിന്റെ അടു പ്പിൽ നിന്നുള്ള വെളിച്ചം ദ്രവിച്ച തകര ഷീറ്റുകൾക്കിടയിലൂടെ പുറത്തേക്ക് എത്തിനോക്കി. കട്ട പിടിച്ച ഇരുട്ടിൽ ബോംബെ ഹട്ട്സ് ഒരു മിന്നാമി നുങ്ങു പോലെ തിളങ്ങി. ബോംബെ ഹട്ട്സ് ആബൂട്ടിയുടെ പ്രവാസി ജീവിതത്തിന്റെ ബാക്കി പത്രം. എഴുത്തും വായനയും തലയിൽ കേറാ തിരുന്ന നാളിൽ ആബൂ എന്ന ചെറുക്കൻ ബോംബെയിലേക്ക് കള്ള വണ്ടി കേറി. മനസ്സു നിറയെ സ്വപ്നങ്ങളും പേറിക്കൊണ്ടാണ് യുവാവായ ആബൂട്ടി തിരിച്ചുവന്നത്. കെട്ട്യോള് സൈനബയും ബോംബെ ഹട്ട്സെന്ന ചായക്കടയും ആബൂട്ടിയുടെ സ്വപ്ന സാക്ഷാത്കാരമാവാൻ അധിക കാലം വേണ്ടി വന്നില്ല.

കാലം മാറി.

കാലം ആബൂട്ടിയിലും അനിവാര്യമായ മാറ്റം വരുത്തി.

നരച്ച താടി തടവിക്കൊണ്ട് അയാൾ ഇത്തിരി വെട്ടത്തിരുന്ന് ഓർമ്മ കൾ അയവിറക്കി.

ലോകം പിടിച്ചടക്കാനുള്ള മോഹവുമായി ബോംബെ തെരുവുകളിൽ അലഞ്ഞുതിരിഞ്ഞ ഭൂതകാലം.

അത് വർത്തമാനത്തിന്റെ അതിർ വരമ്പിലെത്തുമ്പോൾ സൈനബയും അഞ്ചു മക്കളും തകരം കൊണ്ട് പൊതിഞ്ഞ ബോംബെ ഹട്ട്സും മിച്ചം.

ജീവിതം എവിടെയാണ് പിഴച്ചത്.

അയാൾ ജീവിത പാഠപുസ്തകം നിവർത്തി വായിക്കാനൊരു ശ്രമം നടത്തി.

ഓർമ്മപ്പിശകു കൊണ്ട് അധികം മുന്നോട്ടു പോകാൻ കഴിഞ്ഞില്ല.

ഇനി അതൊക്കെ ഓർത്തിട്ട് എന്തു കാര്യം.

അയാൾ സ്വയം സമാധാനിച്ചു.

മുന്നിലെ ഇരുട്ടിലേക്ക് നോക്കി. നേരം പുലർന്നിട്ടില്ല. റോഡിൽ ആൾ പെരുമാറ്റമില്ല.

മേശ വലിപ്പിൽ നിന്ന് കണ്ണട എടുത്തിട്ട് ചുവരിലെഴുതിയ കണക്കിലൂടെ കണ്ണോടിച്ചു.

സൈനബയുടെ മുട്ടനെഴുത്ത് വായിച്ചെടുക്കാൻ അയാൾ നന്നെ പാടുപെട്ടു.

'പറ്റ് കൂടുതലും വരവ് കുറവ്വാ'

അയാൾ തെല്ല് നീരസത്തോടെ ആരോടെന്നില്ലാതെ പറഞ്ഞു.

'അതെപ്പോഴും അങ്ങിനെ തന്ന്യാ ഇക്കാ'

അടുക്കളയിൽ പാത്രം കഴുകിക്കൊണ്ടിരുന്ന സൈനബ ഓർമ്മിപ്പിച്ചു.

'പിന്നെ ഇതെന്തിനാ നടത്തിക്കൊണ്ട് പോകുന്നേ. നാട്ടുകാരുടെ പള്ള നിറക്കാനോ'

പെരുത്ത ദേഷ്യത്തോടെ അയാൾ ഇരുട്ടിലേക്ക് നോക്കി പറഞ്ഞു.

'എന്നാ ഇക്ക ഒരു കാര്യം ചെയ്യ്. കച്ചോടം മതിയാക്കി ബോംബെയ്ക്ക് പോയിക്കോ. അവിടെ പറ്റൊന്നും ഉണ്ടാവില്ല.'

സൈനബ കളിയാക്കി പറഞ്ഞു.

'അതായിരുന്നു ഒരു കണക്കിന് നല്ലേ. ഈ ദുനിയാവില് ജീവിച്ചുപോവാൻ വല്ല്യ ബുദ്ധിമുട്ടാണല്ലോ റബ്ബേ!'

കണ്ണട ഊരി വെച്ച് അയാൾ ഇളകിയാടുന്ന കസേരയിലിരുന്നു.

ആബൂട്ടി പറ്റുകാരുടെ കണക്കുകൾ ഉരുവിട്ടു.

പിലാവുള്ള പറമ്പത്ത് കുഞ്ഞിപോക്കർ 810 ഉറുപ്പിക.

ചെറിയ വീട്ടിൽ കാലൻ മൂസ 756 ഉറുപ്പിക.

നൊണ്ടി അയമു 360 ഉറുപ്പിക.

സഖാവ് ഒറ്റക്കണ്ണൻ നാണു 98 ഉറുപ്പിക.

എകരത്ത് കൊമ്പൻ കുഞ്ഞ് 48 ഉറുപ്പിക.

'ഈ വെളുപ്പാൻ കാലത്ത് ഇക്ക എന്താ കുത്തിയിരുന്ന് ചിന്തിക്കുന്നേ.'

കത്തിച്ച മണ്ണെണ്ണ വിളക്ക് മേശപ്പുറത്തു വച്ച് സൈനബ ചോദിച്ചു.

'ഞാൻ നാട്ടിലെ തെണ്ടികളുടെ കണക്കെടുക്കാ.'

'അത് കണക്കെടുക്കൊന്നും വേണ്ട. അവരിപ്പയിങ്ങെത്തും.'

സൈനബ പറഞ്ഞു.

'എത്തും എത്തും. പറ്റടക്കാത്ത ഒരൊറ്റ എണ്ണത്തിനും തിന്നാനും കുടിക്കാനും കൊടുത്തു പോകരുത്.'

അതൊരു താക്കീതായിരുന്നു.

അപ്പറഞ്ഞതൊന്നും ചെവിക്കൊള്ളാതെ സൈനബ അടുക്കളയിലേക്ക് വലിഞ്ഞു.

ഇരുട്ട് പതുക്കെ വെളിച്ചത്തിനു വഴി മാറി.

ആദ്യ സന്ദർശകന്റെ രൂപം ആബൂട്ടിയുടെ മനക്കണ്ണാടിയിൽ തെളിഞ്ഞു.

നൊണ്ടി അയമു.

മുന്നൂറിൽ ചില്വാനം തരാനുണ്ട് പഹയൻ.

ആബൂട്ടിയിൽ ദേഷ്യം ഇരച്ചു കയറി.

സ്വാധീനമില്ലാത്ത ഇടതു കാലിനെ ഇടതു കൈ കൊണ്ട് താങ്ങി നൊണ്ടി അയമു ബോംബെ ഹട്ട്സിനെ ലക്ഷ്യമാക്കി വരവായി. വന്ന പാടെ ബെഞ്ചിലിരുന്ന് നീട്ടി പുറത്തേക്ക് തുപ്പി. ചുമലിലെ തോർത്തെടുത്ത് മുഖം വൃത്തിയാക്കി. ആബൂട്ടിയുടെ പതിവില്ലാത്ത മുഖഭാവം അയമു വായിച്ചെടുത്തു.

'സമോവറിലെ വെള്ളം തിളച്ചോ.'

'എന്തിനാ?'

മനസ്സിൽ തികട്ടി വന്ന ദേഷ്യം മറച്ചു വെച്ചു ആബൂട്ടി ചോദിച്ചു.

'ഒന്ന് കുളിക്കാനാ. വൃശ്ചികത്തണുപ്പല്ലേ.'

അയമുവെ ശ്രദ്ധിക്കാതെ ആബൂട്ടി കസേരയിൽ അമർന്നിരുന്നു.

രണ്ടു പേർക്കുമിടയിൽ തികഞ്ഞ നിശ്ശബ്ദത.

'ങ്ങള് ഓന് ചായ കൊടുക്ക്.'

സൈനബ പതിഞ്ഞ സ്വരത്തിൽ ആബൂട്ടിയെ ഓർമ്മിപ്പിച്ചു.

'ഓനാരാ നിന്റെ കെട്ട്യോനാ.'

ആബൂട്ടി സൈനബയോട് കയർത്തു.

'ഓൻ നൊണ്ടി അയമുവല്ല നൊസ്സൻ അയമുവാ. പെമ്പിള്ളേര് പുര നിറഞ്ഞ് നില്ക്കുവാന്ന് ഓർമ്മ വേണം.'

കെട്ടിച്ചയക്കാനുള്ള മൂന്ന് പെമ്പിള്ളേരെയോർത്തപ്പോൾ ആബൂട്ടി നിസ്സഹായനായി

'മുന്നൂറിൽ ചില്വാനം നീ ഞമ്മക്ക് തരാനുണ്ട്.'

ചായ ഗ്ലാസ്സ് വച്ചു നീട്ടി ആബൂട്ടി അയമുവെ ഓർമ്മിപ്പിച്ചു.

'അതിനെന്തിനിക്കാ വെഷമം. ഞാൻ ങ്ങളെ കായ്യും കൊണ്ട് നാടൊന്നും വിട്ട് പോണില്ല. ഞാനിവിടെ തന്നെ ചുറ്റിയും പറ്റിയും ഉണ്ട്. എന്താ പോരേ.'

ആബൂട്ടിക്ക് മറുപടി ഇല്ലാതായി. പടച്ചോനെ പിരാകി സ്വന്തം ദുർവിധിയോർത്ത് അയാൾ അടങ്ങി.

നേരം വെളുക്കെ പുലർന്നു.

നാട്ടുകാരായ വാല്യക്കാർ കടയിൽ വന്നും പോയുമിരുന്നു.

സൈനബയും ആബൂട്ടിയും പതിവ് ജോലിയിൽ മുഴുകി.

'ഞങ്ങള് ങ്ങക്കൊരു ചെക്കനെ കണ്ടു വച്ചിട്ടുണ്ട്.'

ചായ മോന്തി കുടിക്കെ പിലാവുള്ള പറമ്പത്ത് കുഞ്ഞി പോക്കർ ആബൂട്ടി കേൾക്കാൻ വേണ്ടി ഉച്ചത്തിൽ പറഞ്ഞു.

കൂടിയിരുന്നവർ കുഞ്ഞി പോക്കറെ നോക്കി.

ആബൂട്ടിയും സൈനബയും കുഞ്ഞി പോക്കറിൽ പ്രതീക്ഷ അർപ്പിച്ചു കൊണ്ട് നില്പായി.

'സാധനം മികച്ചതാ. നല്ല മൊഞ്ചൻ ചെക്കൻ.'

കുഞ്ഞി പോക്കർ ഇത്രയും പറഞ്ഞ് തലയുയർത്തി ഗമയിലിരുന്നു.

വിരലഞ്ചും നിവർത്തി കാണിച്ച് അയാൾ പറഞ്ഞു.

'അഞ്ച് കായ്യാണം കൊടുക്കണം.'

'എന്റെ റബ്ബേ.'

കേട്ടു കൊണ്ടിരുന്ന സൈനബ അതിശയപ്പെട്ട് അടുക്കളയിലേക്ക് മറഞ്ഞു.

ആബൂട്ടിയുടെ മുഖത്ത് നിരാശ പടർന്നു. നിശ്ശബ്ദതയുടെ നിമിഷങ്ങൾ.

'നീയെന്താ ഒന്നും മുണ്ടാത്തെ.'

'ഇത് മുയിമനും വിറ്റു പെറുക്യാ കിട്ടോ.'

ആബൂട്ടി തന്റെ നിസ്സഹായാവസ്ഥ ബോദ്ധ്യപ്പെടുത്തി.

'എന്നാ ഗുണം കൊറഞ്ഞ ഒന്നിനെ നോക്കട്ടെ.'

കുഞ്ഞി പോക്കർ എഴുന്നേറ്റ് പോകാനൊരുങ്ങി പറഞ്ഞു.

'എന്റേത് പറ്റിലെഴുതിക്കോ.'

തലയിൽ കെട്ടിയ തൂവാല ഒന്നു കൂടി ബലപ്പെടുത്തി അയാൾ കടയിൽ നിന്നു ഇറങ്ങി നടന്നു.

ആബൂട്ടി കുഞ്ഞി പോക്കർ പോയ വഴിയെ നോക്കി നിന്നു.

വെയിലിന് ചൂടേറുകയാണ്.

കെട്ടിച്ചയക്കാനുള്ള പെൺമക്കളുടെ കാര്യമോർത്ത് അയാളുടെ മനസ്സ് വെന്തുരുകി.

ഒരെത്തും പിടിയും കിട്ടിയില്ല.

നീന്തലറിയാത്തവൻ ജലപ്പരപ്പ് നോക്കി നില്ക്കുന്നതു പോലെ ആബൂട്ടി ജീവിതമാകുന്ന മഹാസമുദ്രത്തിനു മുന്നിൽ പകച്ചു നിന്നു.

എങ്ങനെ മറുകര പിടിക്കും.

ഓർത്തപ്പോൾ ഭയം തോന്നി.

'ങ്ങള് കടയിലുള്ളോർക്ക് ചായ കൊടുക്ക് ഇക്ക.'

സൈനബയുടെ ഇടപെടൽ ആബൂട്ടിയുടെ ചിന്തയ്ക്ക് വിരാമമിട്ടു.

അയാൾ സമോവറിന്റെ അടുപ്പിളക്കി കരിയിട്ടു. പൊടി തട്ടി വൃത്തിയാക്കി.

'അസ്സലാമു അലൈയ്ക്കും.'

ആഗതൻ ആരെന്നറിയാതെ ആബൂട്ടി പ്രതിവചിച്ചു.

'വ അലൈയ്ക്കും അസ്സലാമു' കാൽമുട്ടു കവിഞ്ഞുള്ള പച്ച നീളൻ കുപ്പായം. പാളക്കരയൻ മുണ്ട്. ചുവപ്പ് ബോർഡർ കൊണ്ട് അതിരിട്ട ടർക്കി ടവ്വൽ കഷണ്ടി കയറിയ തല മറച്ചിരുന്നു. വിരൽ നിറയെ വെള്ളി കെട്ടിയ വർണ്ണ മോതിരങ്ങൾ. മൈലാഞ്ചി തേച്ച് നിറം മാറ്റിയ താടി തടവിക്കൊണ്ട് അയാൾ ബെഞ്ചിലിരുന്നു. അത്തറ് പെട്ടി കണ്ട് ആബൂട്ടിക്ക് ആളെ മനസ്സിലായി.

'എവിടുന്നാ'

'കൊറച്ച് വടക്കാ'

ചായ കുടിച്ചുകൊണ്ട് അയാൾ അലസമായി പറഞ്ഞു. വെയിൽ ചൂടിനെ വകവെക്കാതെ സഖാവ് ഒറ്റക്കണ്ണൻ നാണു ബോംബെ ഹട്ട്സിനെ ലക്ഷ്യമാക്കി വരുന്നത് ആബൂട്ടി കണ്ടു. കുടക്കമ്പി പോലെ നീണ്ട് മുന്നോട്ട് വളഞ്ഞ രൂപം. കാരിരുമ്പിന്റെ നിറമുള്ള നാണുവിന് കരുത്തുള്ളൊരു മനസ്സുമുണ്ടെന്ന് നാട്ടു വർത്തമാനം. വിപ്ലവ ജാഥകളുടെ മുന്നണിയിൽ നാണു എക്കാലവും നില കൊണ്ടു. മുഷ്ടി ചുരുട്ടി മുദ്രാവാക്യം വിളിച്ച് അണികളെ ആവേശം കൊള്ളിച്ച നാണു ജനകീയ നേതാവെന്ന ബഹുമതി പട്ടവും കരസ്ഥമാക്കി. കാലം പിഴച്ചപ്പോൾ നാണുവിന് വലതു കണ്ണും വലതു കൈയ്യും നഷ്ടമായി. എതിരാളികൾ ബോംബെറിഞ്ഞതാണെന്ന് പൊതു സംസാരം. ബോംബ് നിർമ്മാണത്തിനിടെ സംഭവിച്ചതാണെന്ന് പരസ്യമല്ലാത്ത രഹസ്യം.

അതൊക്കെ പഴയ കഥ.

പ്രായവും അനാരോഗ്യവും അനുഭവ പാഠങ്ങളും അയാളിലെ വിപ്ലവാവേശം ചോർത്തിക്കളഞ്ഞിരിക്കുന്നു. ഒന്നിനോടും പ്രതികരിക്കാതെ കവലകളിലും അങ്ങാടിയിലും സമയം തള്ളി നീക്കുന്നു. ഇടതു തോളിൽ ചുരുട്ടി വെച്ചിരിക്കുന്ന ദിനപത്രം നടന്നു വന്ന നാൾ വഴികളിലെ അടയാളമായി അവശേഷിക്കുന്നു.

'ആബൂട്ടീ ഇഞ്ഞി അറിഞ്ഞോ.'

അകലെ നിന്നു തന്നെ സഖാവ് ഒറ്റക്കണ്ണൻ നാണു വിഷയമെടുത്തിട്ടു.

ആബൂട്ടിക്ക് ഒന്നും മനസ്സിലായില്ല. അയാൾ നിഷേധ ഭാവത്തിൽ തലയാട്ടി.

'പിന്നെ നീ യീ നാട്ടില് ജീവിച്ചിരുന്നിട്ട് എന്താ കാര്യം. അതൊക്കെ അങ്ങാടി പാട്ടായ കാര്യല്ലേ.'

ആബൂട്ടി വാ പൊളിച്ചു നിന്നതല്ലാതെ ഒന്നും പറഞ്ഞില്ല.

'ഇന്നലെ ഉച്ചയ്ക്ക് സൂര്യനിൽ ദൈവ ചിഹ്നം പ്രത്യക്ഷപ്പെട്ടൂന്ന് സംസാരം. ഇന്നും കുന്നിൻ മുകളിൽ ജനത്തിരക്കാ.'

ഒറ്റക്കണ്ണൻ നാണു തെല്ലൊരാവേശത്തോടെ പറഞ്ഞു നിറുത്തി.

'എന്റെ റബ്ബേ'

ആബൂട്ടി അറിയാതെ പറഞ്ഞു പോയി.

'ആട്ടെ പടച്ചോൻ ഏതു ചിഹ്നത്തിലാ കാഴ്ച കൊടുത്തേ.'

'അവിടെയാ തർക്കം മൂത്തത്. അതൊരു കുരിശു രൂപാണെന്ന് പള്ളീലച്ചനും ചന്ദ്രക്കലയാണെന്ന് മൊയില്ല്യാരും ശംഖാണെന്ന് മറ്റുള്ളോരും.

'എല്ലാം പടച്ചോന്റെ കളി.'

ദീർഘ നിശ്വാസത്തോടെ ആബൂട്ടി പറഞ്ഞു.

'ങ്ങള് പടച്ചോനെ കണ്ട്ക്കോ.'

തെല്ല് പുച്ഛത്തോടെ താടി തടവിക്കൊണ്ട് അത്തറ് വില്പനക്കാരൻ ചോദിച്ചു.

ഉത്തരം കിട്ടാതെ ആബൂട്ടി പരുങ്ങി.

കടയിലുള്ളോരെല്ലാം താടിക്കാരനെ നോക്കി വിയർത്തു.

'കാണാത്ത പടച്ചോന്റെ പേരും പറഞ്ഞ് എന്തൊക്കെ പുകിലാ ദുനിയാവില് നടക്ക്ണേ.'

അയാൾ ആരോടും ഉരിയാടാതെ അത്തറു പെട്ടിയുമെടുത്ത് റോഡിലേക്കിറങ്ങി.

പച്ച നീളൻ കുപ്പായം ജനത്തിരക്കിന്നിടയിൽ അപ്രത്യക്ഷമായി.

അടുത്ത ദിവസം നേരം വെളുത്തിട്ടില്ല.

ആബൂട്ടിയും കെട്ട്യോളും സമോവറിന്റെ വെളിച്ചത്തിൽ പതിവ് ജോലികളിൽ മുഴുകി. ബോംബെ ഹട്ട്സിന്റെ മിനുങ്ങ് വെട്ടത്തെ ലക്ഷ്യമാക്കി ഒരാൾ ഇരുട്ടിൽ നടന്നു വരുന്നത് ആബൂട്ടി കണ്ടു. നടത്തം കൊണ്ട് സഖാവ് ഒറ്റക്കണ്ണൻ നാണുവാണെന്ന് ആബൂട്ടി മനസ്സിലാക്കി.

'ആബൂട്ടീ നീയറിഞ്ഞോ.'

വന്ന പാടെ പത്രം നിവർത്തി വായിക്കാൻ തുടങ്ങി.

'ദൈവത്തെ നോക്കി കണ്ണു പോയി.'

തലക്കെട്ട് വായിച്ച ശേഷം അയാൾ വാർത്തയിലേക്കു കടന്നു.

'ഉച്ച സമയത്ത് സൂര്യനെ നോക്കിയ പണ്ടാരം ഗ്രാമത്തിലെ ഏതാനും പേർക്ക് കാഴ്ച നഷ്ടപ്പെട്ടു. നൂറു കണക്കിനാളുകൾ ചികിത്സാർത്ഥം സമീപത്തുള്ള ആശുപത്രികളിൽ അഭയം തേടിയിട്ടുണ്ട്. പിലാവുള്ള പറമ്പത്ത് കുഞ്ഞി പോക്കർ ഒറ്റ തൈയ്യുള്ളതിൽ

പത്രോസ് എകരത്ത് ചോയിക്കുട്ടി എന്നിവർക്കാണ് കാഴ്ച പൂർണ്ണമായും നഷ്ടപ്പെട്ടത്. വ്യാജ പ്രചരണം നടത്തിയവരെ ഉടൻ പിടികൂടുമെന്ന് പോലീസ് വൃത്തങ്ങൾ അറിയിച്ചു.'

പത്രം മടക്കി ബെഞ്ചിൽ വെച്ച് സഖാവ് ഒറ്റക്കണ്ണൻ നാണു ആബൂട്ടിയെ വിസ്തരിച്ചൊന്നു നോക്കി. ആ മുഖത്ത് കാര്യമായ ഭാവ പ്രകടനമൊന്നും കണ്ടില്ല.

മേശ വലിപ്പിൽ നിന്ന് കണ്ണടയെടുത്തിട്ട് ആബൂട്ടി പറ്റ് വരവ് കണക്ക് വായിക്കാനായി ചുമരിനടുത്തേക്ക് നീങ്ങി.

അതിൽ ആദ്യത്തെ പേരിൽ അയാളുടെ കണ്ണുടക്കി.

'പിലാവുള്ള പറമ്പത്ത് കുഞ്ഞിപോക്കർ 810 ഉറുപ്പിക.'

'പറ്റ് വരവ് പിന്നെ നോക്കാം. ആബൂട്ടീ. നീയൊരു മൊഞ്ചൻ ചായയെടുക്ക്.'

ആബൂട്ടി മുന്നിലെ ഇരുട്ടിലേക്കും സഖാവ് ഒറ്റക്കണ്ണൻ നാണുവിനെയും മാറി മാറി നോക്കി.

❁